കടം

Bodhi Books
Nedumpana PO, Kannanalloor
Kollam - 691576, Kerala, India
E-mail: bodhibooks03@gmail.com
Tel: +91 9447304886

KADAM
By Ajeesh Karukayil
Stories / Malayalam

First Published: June, 2024

Typesetting: Bodhi Books
Cover & Book Design:
Chembarathi Creatives

ISBN: 978-81-19770-19-9

Price **Rs. 150**
Production No. BB-173-1-50-06-24

Printed and bound in India by
Repro Mumbai

കടം

കഥകൾ

അജീഷ് കറുകയിൽ

ബോധി ബുക്സ്
കൊല്ലം - 691 576

അജീഷ് മാത്യു കറുകയിൽ

ആലപ്പുഴ കറുകയിൽ വാർഡിൽ കെ.ടി മാത്യു, ഫിലോമിനാ മാത്യു ദമ്പതികളുടെ മകനായി 1979 മെയ് 26 ന ജനനം. സെന്റ് മൈക്കിൾസ് ഹൈസ്കൂൾ തത്തംപള്ളി, എസ്.ഡി കോളേജ് ആലപ്പുഴ എന്നിവടങ്ങളിൽ വിദ്യാഭ്യാസം. ബിസിനസ്സ് നിയമത്തിൽ ബിരുദധാരി.

പുസ്തകം: നിലയ്ക്കുന്നില്ല ഞാൻ (നോവൽ, 2023)

പുരസ്കാരം: മെഹ്ഫിൽ കഥാ പുരസ്കാരം (2020)

അക്ഷരതൂലികാ പുരസ്കാരം(2017)

ഭാര്യ: ജോമോൾ ജോയ് അജീഷ്

മക്കൾ: അലീന അജീഷ്, ആബേൽ അജീഷ്, ആഞ്ജലീനാ അജീഷ്

വിലാസം: കറുകയിൽ ഹൗസ്, അവലൂക്കുന്നു പി.ഒ., ആലപ്പുഴ - 688006.

ഫോൺ : 62357552366

പ്രസാധകക്കുറിപ്പ്

അനുഭവങ്ങളുടെ നിറവിൽനിന്നും ആത്മാവിലേറ്റ മുറിവുകളിലേക്ക് കഥകളിറ്റിച്ച തരികയാണ് അജീഷ് കറുകയിൽ. ജീവിത സംഘർഷങ്ങളുടെ സങ്കീർണ്ണ മുഹൂർത്തങ്ങളെ, മെഴുകി മെനഞ്ഞു കഥകളാക്കുന്ന മാന്ത്രിക സിദ്ധിക്കുടമയായൊരെഴുത്തുകാരനെ കടം എന്ന ഈ പുസ്തകത്തിലുടനീളം കാണാം. നമുക്കു പരിചമുള്ളവരെയും പരിചയം തീരെയില്ലാത്തവരെയും നമുക്കിതിൽ കണ്ടുമുട്ടാം. എന്നാൽ അവർ പങ്കുവെയ്ക്കുന്ന ജീവിതസത്യങ്ങളെ നമുക്ക് നിഷേധിക്കാനാവില്ല. പച്ച മണ്ണിലേക്ക് ആഴത്തിൽ വേരുപടർത്തുകയും ആകാശ വിശുദ്ധിയിലേക്കു കയ്യുയർത്തിനിൽക്കുകയും ചെയ്യുന്നവയാണ് ഇതിലെ കഥകളേറെയും. വായനക്കാരന്റെ ഉള്ളിലെ മേഘതാപത്തെ ഉമ്മവെച്ചുരുക്കി പനിനീർമഴ പെയ്യിക്കാൻ ശേഷിയുള്ള ഈ 'കടം' കഥകൾ ബോധിബുക്സ് ഏറെ ആദരവോടെ കൈരളിക്കു സമർപ്പിക്കുന്നു.

ആമുഖം

ആനുകാലികങ്ങളിൽ പ്രസിദ്ധീകരിക്കപ്പെട്ട ഇരുപതു ചെറു കഥകളുടെ സമാഹാരമാണ് കടം എന്ന ഈ പുസ്തകം. 'കാപ്പി'യിൽ തുടങ്ങി, 'കട'ത്തിൽ അവസാനിക്കുന്നു.

ഇരുപതു കഥകളും ഇരുപതു വ്യത്യസ്ത വിഷയങ്ങൾ കൈകാര്യം ചെയ്യുന്നവയാണ്. എന്റെ നീണ്ടകാല പ്രവാസ ജീവിതംകൊണ്ട്, വിവിധ സംസ്കാരങ്ങളെ കണ്ടും കൊണ്ടും മനസിലാക്കാൻ സാധിച്ചുവെന്നത്, കഥകളുടെ പ്രമേയവൈവിധ്യത്തിനു ഒട്ടേറെ സഹായകമായിട്ടുണ്ട്.

പ്രവാസവും ബൈബിളും അവിശ്വസിനീയമായ മനുഷ്യപ്രകൃതവുമൊക്കെ കഥകളിൽ മാറി മാറി നിഴലിക്കുന്നത് ഈ വ്യത്യസ്ത സംസ്കാര സംസർഗം ഒന്നു കൊണ്ടു മാത്രമാണെന്നു ഞാൻ കരുതുന്നു. ചക്കരയിട്ടു തിളപ്പിച്ച ചൂടു കാപ്പി കുടിക്കുന്ന ലാഘവത്തോടെ വായിച്ചു പോകാൻ കഴിയുന്നത്ര ലളിതമായ ഭാഷയിൽ എഴുതപ്പെട്ട കഥകൾ അവസാന തുള്ളി വരെ ആസ്വാദ്യകരമാക്കാൻ എഴുത്തുകാരൻ എന്ന നിലയിൽ ഞാൻ നന്നേ പരിശ്രമിച്ചിട്ടുണ്ട് . കറുത്ത പുണ്യവാളനെ തേടുന്ന തീർത്ഥയാത്രപോല, കടം തിരിച്ചു കിട്ടുമോയെന്നു ശങ്കിക്കുന്ന മനുഷ്യനും നിധി തേടിപ്പോയി ഹതാശരായി മടങ്ങേണ്ടി വരുന്നവരും വാക്കിനാൽ വ്രണപ്പെടുന്നവരും ഒക്കെ കഥാപാത്രങ്ങളാകുമ്പോൾ, ഇതെന്റെ തൊട്ടടുത്ത്, തൊട്ടപ്പുറത്ത്, സംഭവിച്ചതല്ലേ- അല്ലെങ്കിൽ, ഞാൻ അറിയുന്ന മനുഷ്യരാണല്ലോ ഇതിലെ കഥാപത്രങ്ങൾ-എന്നു വായനക്കാർക്കു തോന്നിയാൽ, എന്റെ എഴുത്തു സഫലമായി.

പ്രസിദ്ധീകരിക്കപ്പെട്ടവയിൽ ഏറ്റവും മികച്ചവ തന്നെ തിരഞ്ഞെടുത്ത് പുസ്തകത്തിൽ ക്രമീകരിക്കാൻ ശ്രദ്ധിച്ചിട്ടുണ്ട്. പ്രസിദ്ധീകരിക്കപ്പെട്ട ആനുകാലികങ്ങളിലെ പത്രാധിപന്മാർ നന്നെന്നു വിലയിരുത്തിയതുകൊണ്ടു മാത്രം അച്ചടിമഷിപുരണ്ട ഈ കഥകൾ വായനക്കാർക്കായി വിനയത്തോടെ സമർപ്പിക്കുന്നു.

സ്നേഹത്തോടെ,

അജീഷ് കറുകയിൽ

അനുഭവങ്ങളുടെ ആഗോളതലങ്ങളുള്ള കഥകൾ

ഒരു ചെറുകഥയുടെ പ്രാരംഭവരികൾ അത്യന്താപേക്ഷിതമാണ്, കാരണം വായനക്കാരനെ കഥയിലൂടെ മുന്നോട്ട് നടത്തുന്നത് ആ വരികളുടെ ഊർജ്ജമാണ്. അത് വായനക്കാരന് സ്വരത്തിന്റെയും ശൈലിയുടെയും ശബ്ദത്തിന്റെയും ഭാഷയുടേയും വ്യക്തമായ സൂചനകൾ നൽകണം.

ഒരു ചെറുകഥയെ കൃത്യമായി നിർവചിക്കുന്നത് എന്താണെന്ന് ചോദിച്ചാൽ ഏറ്റവും ആദ്യം കിട്ടുന്ന ഉത്തരം, ഒരാൾക്ക് അത് ഒറ്റയിരുപ്പിൽ വായിക്കാൻ കഴിയണം എന്നതാണ്. എഡ്ഗർ അലൻ പോയുടെ "ദ ഫിലോസഫി ഓഫ് കോമ്പോസിഷൻ" എന്ന ലേഖനത്തിൽ ഏറ്റവും ശ്രദ്ധേയമായ ഒരു പോയിന്റ് ഇങ്ങനെ പറയുന്നു. "വളരെ ശോഭയുള്ളതും ചലിക്കുന്നതുമായ എന്തെങ്കിലും പ്രധാനം ചെയ്യുന്ന രസകരമായ കല; അത് ഭയാനകമോ ദയനീയമോ തമാശയോ അഗാധമായതോ പ്രകാശിപ്പിക്കുന്നതോ ആയിരിക്കാം,

അജീഷ് മാത്യുവിന്റെ ഓരോ കഥകളും മുൻപ് പറഞ്ഞ നിർവ്വചനത്തോട് തൊട്ടു പോകുന്നതാണ്. ഒറ്റയിരുപ്പിൽ വായിച്ചു പോകുന്ന കഥകളാണവ. ഇന്ത്യയിലെ /ലോകത്തിന്റെത്തന്നെ പല കോണിലുള്ള മനുഷ്യർ അവരുടെ അനുഭവങ്ങൾ ആചാരങ്ങൾ, സ്വഭാവങ്ങൾ, സ്നേഹം, പ്രണയം കാമം, ആർത്തി, വിദ്വേഷം, പ്രതികാരം, മാനവികത തുടങ്ങിയ നിരവധി ബിംബങ്ങൾ പലകഥകളിലായി ചിതറിക്കിടക്കുന്ന കഥയുടെ ഒരു കാലിഡോസ്കോപ്പാണ് ഈ സമാഹാരം.

മരണം എല്ലാ കടങ്ങളേയും വീട്ടുമെന്ന ചിന്തയോടെ അവസാനിക്കുന്ന കടം എന്ന കഥ പ്രവാസ ജീവിതത്തിന്റെ ആദ്യകാലത്തേയും വർത്തമാനകാലത്തേയും ഒരേ പോലെ പ്രതിനിധീകരിക്കുന്നു.

സൈമൺ ഇളയപ്പന് ചാൾസ് ലവാൻഗാ പുണ്യാളന്റെ ദർശനം കിട്ടുന്ന കറുത്ത പുണ്യാളൻ എന്ന കഥ പുണ്യാളൻ മാർക്കിടയിലും ജാതിയും വർണ്ണവും ചർച്ച ചെയ്യുന്നു. മാനവികതയുടെ ചിത്രങ്ങൾ ഈ

കഥയിൽ കണ്ടെടുക്കാം.

മേത്താജിയും ഭാര്യ ആരുണിയും

മുബൈവാല മിട്ടായിക്കടയും അവർക്ക് മക്കളില്ലാത്ത ദുഃഖവുമൊക്കെ രസകരമായും സങ്കടകരമായും പറയുന്ന ഇക്കഥ മനുഷ്യരുടെ വ്യക്തിഹത്യയുടെ കഥ കൂടിയാണ്.

ആദ്യ പ്രണയവും പൂച്ച പ്രേമവും കാമവും പ്രവാസ ജീവിതവും പറയുന്ന മറ്റൊരു കഥയാണ് അൽനാഥയിലെ ലില്ലി പുഷ്പങ്ങൾ.

മുടി മുറിച്ച പവിത്രൻ രസകരമായ ഭാഷയിൽ എഴുതിയ കഥയാണ്. വിവാഹം കഴിക്കാൻ പോകുന്ന സ്ത്രീയെ കുറിച്ചുള്ള പുരുഷ സങ്കല്പങ്ങളെ അടയാളപ്പെടുത്തുന്ന ഈ കഥ സൗന്ദര്യം തുടർജീവിതത്തിൽ അസ്വാരസ്യമാക്കുന്നതിനെ കൂടി പറഞ്ഞു പോകുന്നു.

സഹദായുടെ ചക്ക രസകരമായ ഒരു കഥയാണ്. ഫാന്റസിയുടെ ഒരു തലത്തിൽ നർമ്മം ചേർത്ത് ഈ വായനയിൽ ഹൃദ്യമാവുന്നു. ആൽക്കമിസ്റ്റ് എന്ന പൗലോ കൊയ്‌ലയുടെ നോവലിനെയും യുദ്ധങ്ങളുടെ ചരിത്രത്തെയും കൂട്ടുപിടിച്ചുകൊണ്ട് ആൽക്കമിസ്റ്റ് എന്ന കഥ, കൊച്ചിയിലെത്തിയ സണ്ണി ലിയോൺ എന്ന താരത്തെ കാണാൻ പോയ രണ്ട് ചെറുപ്പക്കാരുടെ കഥയാണ്

ഊഷര സങ്കീർത്തനങ്ങൾ എന്ന കഥ രണ്ടര പതിറ്റാണ്ട് പ്രവാസം കഴിഞ്ഞ് തിരിച്ചു പോകുന്ന ഒരാളുടെ ആകുലതകളെ അടയാളപ്പെടുത്തുന്നു. നിഗൂഢതകളുടെ പ്രവാസം സഹമുറിയന്റ മൃതദേഹവുമായി ശ്രീലങ്കയിലേക്ക് യാത്രയാവുന്ന ഒരു മലയാളിയുടെ കഥയാണ്. ഒന്നിച്ച് ഒരേ കട്ടിലിന്റെ മേലെയും താഴെയും കിടന്നുറങ്ങിയാലും നിഗൂഢതകൾ വെളിപ്പെടാത്ത ജീവിതമാണ് ഓരോ പ്രവാസിയുടേയും .

അമ്പലത്തിലും പള്ളിയിലും ഭണ്ഡാരങ്ങൾ മാത്രം മോഷ്ടിക്കുന്ന രണ്ടു കള്ളന്മാരുടെ കഥയാണ് തസ്കര: പുരാണം അദ്ധ്യായം ഒന്നുമുതൽ. മിണ്ടാനോവിലെ നരഭോജികൾ ഞെട്ടിച്ച ഒരു കഥയാണത്. ഫിലിപൈൻസിലെ ഒരാചാരത്തെ മുൻനിർത്തി പറയുന്ന മികവുള്ള കഥ. കാപ്പിക്കുരു രുചിയുള്ള മനോഹരമായ ജീവിതം പറയുന്ന കഥയാണ് കാപ്പി.

ചെറുകഥ, കലയുടെ ഒരു പൂർത്തിയായ രൂപമല്ല. ഇത് "ജീവിതത്തിന്റെ ഒരു കഷണം" മാത്രമാണ്, അത് നിർണ്ണായകമായി അവതരിപ്പിക്കുക എന്നതാണ് കഥാകാരന്റെ ഭാവന. കഥയെ വൃത്താകൃതിയിലാക്കുന്നതിന്, വായനക്കാർക്ക് അവരുടെ സ്വന്തം നിഗമനങ്ങളിൽ എത്തിച്ചേരാൻ വിടുക. അജീഷ് തന്റെ കഥകളിൽ ചെയ്യുന്നതും അതാണ്. ആദ്യമദ്ധ്യാന്തമില്ലാതെ ജീവിതത്തിന്റെ കഷ്ണങ്ങൾ വായനക്കാരന് മുന്നിൽ തുറന്നിടുന്നു.

രമേഷ് പെരുമ്പിലാവ്

കഥകളിലൂടെ

1.	കാപ്പി	13
2.	ആൽകെമിസ്റ്റ്	18
3.	കറുത്ത പുണ്യവാളൻ	21
4.	നിഗൂഢതകളുടെ പ്രവാസ പുസ്തകം	25
5.	എന്റെ ദൈവമേ എന്റെ ദൈവമേ എന്തു കൊണ്ടു നീയെന്നെ ഉപേക്ഷിച്ചു	30
6.	അമ്പാലയിലെ യജമാനൻ	33
7.	മുടി മുറിച്ച പവിത്രൻ	37
8.	ബാൻജ് (മച്ചി)	40
9.	അൽ നാഥയിലെ ലില്ലിപുഷ്പങ്ങൾ	46
10.	വിശുദ്ധ ചക്ക	51
11.	മിണ്ടാനോവിലെ നരഭോജികൾ	56
12.	ഊഷര സങ്കീർത്തനങ്ങൾ	61
13.	ലന്തപ്പഴങ്ങൾ	65
14.	പരുന്തുകൾ പറക്കാത്തയിടം	68
15.	പ്രിയപ്പെട്ട പാവൽ	72
16.	സാൽമൺ മൽസ്യങ്ങൾ	75
17.	തസ്കരഃ പുരാണം അദ്ധ്യായം ഒന്നു മുതൽ	79
18.	ഈനാശു ഇളയപ്പൻ	84
19.	കള്ളന്റെ മകൻ (മോഡസ് ഒപ്പറാണ്ടി)	89
20.	കടം	94

കാപ്പി

മേരി ഇളയമ്മയുടെ വീട്ടിൽ പോയാൽ എപ്പോഴും ചക്കരയിട്ട തിളപ്പിച്ച കാപ്പിയുണ്ടാവും. മുറ്റത്തു വളരുന്ന ഒറ്റ മര ചെടിയിൽ ഉണ്ടാകുന്ന കാപ്പികുരുക്കളെല്ലാം ശേഖരിച്ച ഉണക്കിപ്പൊടിച്ച വർഷം മുഴവൻ വീട്ടിൽ വരുന്നവർക്ക കൊടുക്കാൻ കരിപ്പെട്ടിയിട്ട തിളപ്പിച്ച കാപ്പിയുണ്ടാവും. അങ്ങനെ പറയത്തക്ക സന്ദർശകരൊന്നും മേരി ഇളയമ്മയുടെ വീട്ടിലേയ്ക്കു ചെല്ലാത്തതിനാൽ മുറ്റത്തെ മരത്തിൽ ഉണ്ടാകുന്ന കാപ്പിക്കുരു വർഷം മുഴവനേയ്ക്കും തികയും എന്നു മാത്രമല്ല ചിലപ്പോൾ ബാക്കിയും വരുമായിരുന്നു. ആലിൻ ചുവട്ടിൽ ചായപ്പീടിക നടത്തുന്ന സദാനന്ദ പട്ടരുടെ അന്തർജ്ജനം ഉണ്ടാക്കുന്ന ഫിൽട്ടർ കാപ്പിയേക്കാൾ മികച്ചതായിരുന്നു മേരി ഇളയമ്മയുടെ കരിപ്പെട്ടി കാപ്പി. ഇക്കാരണത്താൽ തന്നെ ആഴ്ചയിലൊരിക്കലെങ്കിലും ഞാൻ സൈക്കിളിൽ അടിവാരത്തുള്ള ഇളയമ്മയുടെ വീട്ടിലേയ്ക്കു പുറപ്പെടും. മെത്രീഞ്ഞു ഇളയപ്പനും മേരി ഇളയമ്മയും മാത്രമായിരുന്നു ആ വീട്ടിൽ താമസം.

ഒരു മനുഷ്യനു തിന്നാവുന്നതിൽ അധികവും കഴിക്കുമായിരുന്നു മെത്രീഞ്ഞ് ഇളയപ്പൻ. സ്പിന്നിങ് മില്ലിലെ പണി കഴിഞ്ഞു വരുമ്പോൾ കഴിക്കുന്ന സലീമിന്റെ കടയിലെ ചിക്കൻ ബിരിയാണി ദഹിക്കും മുന്നേ രണ്ടു ഫർലോങ് അപ്പുറമുള്ള സദാനന്ദ പട്ടരുടെ മസാല ദോശയും കഴിച്ചിട്ടേ വീടെത്താറുള്ളതായിരുന്നു. വയറു നിറഞ്ഞു വീട്ടിലെത്തിയാൽ ഒരു ദിനചര്യയെന്നോണം മെത്രീഞ്ഞു ഇളയപ്പൻ ബൈബിൾ എടുത്തു മത്തായിയുടെ സുവിശേഷം ആറാം അദ്ധ്യായം ഇരുപത്തിയാറു മുതൽ ഇരുപത്തി എട്ടു വരെ ഉറക്കെ വായിക്കും.

“ആകാശത്തിലെ പറവകളെ നോക്കു അവ വിതയ്ക്കുന്നില്ല കൊയ്യുന്നില്ല കളപ്പുരകളിൽ ശേഖരിക്കുന്നില്ല എങ്കിലും, നിങ്ങളുടെ സ്വർഗ്ഗസ്ഥനായ പിതാവ് അവരെ തീറ്റിപ്പോറ്റുന്നു അവയേക്കാൾ എത്രയോ വിലപ്പെട്ടവരാണ് നിങ്ങൾ. ഉത്കണ്ഠ മൂലം ആയുസ്സിന്റെ ദൈർഘ്യം ഒരു മുഴമെങ്കിലും നീട്ടുവാനോ കുറയ്ക്കുവാനോ നിങ്ങൾക്കു കഴിയുമോ ''

മേരി ഇളയമ്മയുടെ സുവിശേഷവും ഏതാണ്ട് ഇതൊക്കെ തന്നെ ആയിരുന്നു. കണ്ണാടിക്കൂട്ടിൽ പൊരിച്ചിടുന്ന പലഹാരങ്ങളും തരാ തരം

വേവിക്കുന്ന മൽസ്യ മാംസ ആഹാരങ്ങൾക്കപ്പുറം മറ്റൊരു ലോകം അവർക്കില്ലായിരുന്നു.

എന്റെ മേരിയേ മെത്രീഞ്ഞു ഈ തീറ്റയാണേൽ താമസം വിനാ നീ വിധവയാകുമെന്നു വെറോണിക്കാ തള്ള കുശുമ്പു പറഞ്ഞപ്പോഴും മേരി ഇളയമ്മ തലയറഞ്ഞു ചിരിച്ചു. വൈകുന്നേരം ബെയ്സൻ പാത്രം നിറയെ ഏത്തയ്ക്കാ പൊരിച്ചതു മുന്നിൽ വെച്ചു മെത്രീഞ്ഞിനോടു തമാശ പറഞ്ഞു.

നിങ്ങള് തിന്നു ചാകു മനുഷ്യാ ! തിന്നിട്ടു ചത്താൽ ഞാനങ്ങു സന്തോഷിക്കും, ഒന്നുമില്ലേലും വെറോണിക്കയുടെ കെട്ടിയോനെപ്പോലെ കൊടല് ചുരുങ്ങി ചാകില്ലല്ലോ.

മക്കളും മാമ്പൂക്കളും ഇല്ലാത്ത വീടിനെ നിറച്ചിരുന്നതവരുടെ ഭക്ഷണ മേശയായിരുന്നു. നാട്ടിൽ കിട്ടുന്ന എല്ലാത്തരം ഭക്ഷണവും മെത്രീഞ്ഞും മേരിയും ഒന്നു പരീക്ഷിക്കും. ആണ്ടിലൊരിക്കൽ പീഡാനുഭവ വാരത്തിലെ ദുഃഖ വെള്ളിയിൽ പൂങ്കാവ് പള്ളിയിൽ നടക്കുന്ന ഉരുള് നേർച്ച ഒന്നു മാത്രമാണ് ഇമ്മിണി കുറച്ചു തിന്നാൽ മതിയാരുന്നെന്നു മെത്രീഞ്ഞു ഇളയപ്പനെ വെറുതെയെങ്കിലും ചിന്തിപ്പിച്ചിട്ടുള്ള ഒരു കാര്യം. പൊത്തോറ്റു പോലത്തെ ശരീരവും കുടം പോലെ ഉന്തി നിൽക്കുന്ന വയറും വെച്ചു റെയിൽവേ ട്രാക്ക് മുതൽ പള്ളി മുറ്റം വരെ ഉരുളുക എന്നതൊരു ചില്ലറ വ്യയം വേണ്ടുന്ന സംഗതി ആയിരുന്നു. മേരി ഇളയമ്മ പിന്നിൽ നിന്ന് ഉന്തിയും തള്ളിയും ഒരുവിധേന പള്ളിമുറ്റത്തെത്തിക്കുന്ന ഇളയപ്പനെ നാലഞ്ചു പേർ ചേർന്നു പൊക്കി ഒരു വശത്തേയ്ക്കിരുത്തും. ഒരു കൈയ്യിൽ ചെറുനാരങ്ങയും മറു കൈയ്യിൽ കൈതോല വിശറിയുമായി മേരി ഇളയമ്മ ഇളയപ്പനോടു ചേർന്നിരിക്കും. നാരങ്ങാ മണത്തു പെണ്ണുമ്പിള്ള വീശുന്ന വെഞ്ചാമരത്തിനടിയിൽ നമ്മുടെ കർത്താവീശോമിശിഹാ ഇതിലും വലിയ പീഡാനുഭവമാണല്ലോ കടന്നു വന്നതെന്നോർത്തു ഇളയപ്പൻ കണ്ണുനീർ വാർത്തിരിക്കും. ഉരുൾ പീഡ കഴിഞ്ഞെഴുന്നേറ്റാൽ ഉടൻ ഇളയപ്പൻ ഓടുന്നത് പൂങ്കാവ് ചന്തയിലേയ്ക്കാണ്. അങ്കമാലിയിൽ നിന്നും കൊണ്ട് വരുന്ന മുഴുത്ത തക്കിടുമുണ്ടന്മാരായ പന്നികളെ വെട്ടുന്ന മാത്രയിൽ തന്നെ വാങ്ങി സഞ്ചിയിലാക്കി വീട്ടിലേയ്ക്കു പുറപ്പെടും. കുരിശിൽ കിടക്കുന്ന ഈശോയെ മരിച്ചോ എന്നറിയാൻ റോമൻ പടയാളി കുന്തം കൊണ്ടു കുത്തുന്ന മാത്രയിൽ ഇളയപ്പൻ കിളുന്നു പന്നി മാംസം വെന്തോ എന്നറിയാൻ ഫോർക്കു കൊണ്ടു കുത്തി വായിലിടും. പന്നിയോടൊപ്പം കർത്താവീശോ മിശിഹാ മരിച്ച ദുഃഖം മറക്കാൻ ചന്ദ്രന്റെ ഷാപ്പിൽ നിന്നും നേരത്തെ കരുതിയ പട്ടയും അകത്താക്കും. ആണ്ടിലൊരിക്കലേ ഇളയപ്പൻ പള്ളിയിൽ പോകു അതീ ദുഃഖവെള്ളിയാഴ്ചയുടെ നേർച്ച ഉരുളിനു വേണ്ടി മാത്രമാണ്. അതു

തന്നെ അധികമാണെന്നതാണ് മെത്രീഞ്ഞിളയപ്പന്റെ പക്ഷം. പണ്ടെങ്ങാണ്ട് പിള്ളേരുണ്ടാകാതിരുന്നപ്പോൾ മേരി ഇളയമ്മ നേർന്ന നേർച്ചയാണിത്, കുറെ ഉരുണ്ടിട്ടും പിള്ളേരും പിറുങ്ങണീം ഒന്നും ഉണ്ടായില്ലെങ്കിലും ആ നേർച്ചയ്ക്കിതുവരെ മുടക്കം വരുത്താൻ ഇളയമ്മ സമ്മതിച്ചിട്ടില്ല.

വെറോണിക്കയുടെ പ്രാക്ക് പ്രവചനം പോലെ തിന്നും കുടിച്ചും മെത്രീഞ്ഞു ഇളയപ്പൻ ഒരു ദിവസം ചത്തു മലച്ച് കിടന്നു. എന്റെ ചാച്ചനായിരുന്നു മരണ വീട്ടിലെ ആദ്യാവസാനക്കാരൻ. ചാച്ചന്റെ ചാർച്ചയിലുള്ള ഏതോ ബന്ധമായിരുന്നിട്ടും ഇളയപ്പനും ഇളയമ്മയും ഞങ്ങളുടെ എല്ലാമായിരുന്നു. ഇളയമ്മയുമായി എന്നും വലിയ വഴക്കുണ്ടാക്കിയിരുന്ന സൂസിയാന്റിയുടെ വീട്ടുകാർക്കിപ്പോൾ ഇളയമ്മയോടൊരു പ്രത്യക സ്നേഹം ഉദിച്ചു തുടങ്ങിയിട്ടുണ്ട്. ഇളയമ്മയും കൂടി മരിച്ചാൽ അവരുടെ അടിവാരത്തുള്ള വീടും പറമ്പും ആരുടെ പേരിലാവും എഴുതി വെയ്ക്കുക എന്നതിലാണ് സൂസിയാന്റിക്കും ചാച്ചനും ഇപ്പോഴുള്ള വലിയ ആകുലത.

മെത്രീഞ്ഞിളയപ്പൻ മരിക്കുന്നതിനു മുൻപു പൂത്തു തളിർത്തു നിന്ന കാപ്പി മരം പിന്നെ ഒരു കായപോലും കുരുക്കാതെ ശോകമൂകമായി. ഇളയപ്പന്റെ ഏഴടിയന്തിരത്തിനു വന്ന ഇലക്ട്രീഷ്യൻ ഭുവനചന്ദ്രൻ കറന്റ് അടിപ്പിച്ചതിനാലാണ് മുറ്റത്തു നിന്ന കാപ്പി മരം വാടി ഉണങ്ങിയതെന്നു ചാച്ചൻ പറഞ്ഞെങ്കിലും മേരി ഇളയമ്മ അതു വിശ്വസിക്കാൻ കൂട്ടാക്കിയില്ല. മെത്രീഞ്ഞിളയപ്പൻ പോയി നാല്പതാം പക്കം വലിയ കാറ്റും മഴയും വന്നു ഇളയമ്മയുടെ അയ്യത്തു നിന്ന കാപ്പി മരം വേരോടെ കടപുഴകി വീണു. പിറ്റേന്നു രാവിലെ മുതൽ മേരി ഇളയമ്മയെ കാണാതായി, മെത്രീഞ്ഞിളയപ്പന്റെ കല്ലറ ചുവട്ടിൽ കുറച്ചേറെ നേരം വന്നിരുന്നു കരഞ്ഞെന്നു കപ്യാർ കുഞ്ഞപ്പൻ ചേട്ടൻ പറഞ്ഞ അറിവല്ലാതെ മറ്റൊന്നും ആ തിരോധനത്തെപ്പറ്റി ആർക്കും അറിവുണ്ടായിരുന്നില്ല. പറയത്തക്ക രേഖകൾ ഒന്നുമില്ലാത്ത ഇളയമ്മയുടെ വീടും പരിസരവും തിരോധാനത്തിനു ശേഷം അനാഥമായി കിടന്നു.

ഒരു വർഷത്തിനപ്പുറമിപ്പോൾ പഴയ കാപ്പി മരത്തിന്റെ ചുവട്ടിൽ രണ്ടു കാപ്പി തൈകൾ വളർന്നിരിക്കുന്നു. അതിലൊന്നിൽ വളർച്ചയെത്തും മുന്നേ കായ്കൾ ഉണ്ടായി വിളഞ്ഞു പഴുത്തിരിക്കുന്നു. അതിലൊന്നു ഇറുത്തു ഞാൻ നാവിൽ നുണഞ്ഞു, ഇളയമ്മയുടെ കരിപ്പെട്ടി കാപ്പിയുടെ രുചി എന്റെ നാവിൽ നിറയുന്നു. രുചി മുകുളങ്ങളിൽ ഓർമ്മയുടെ പള്ളിപ്പെരുനാൾ വലിയ മേളത്തോടെ നടക്കുന്നു. വടക്കു നിന്നും കശുമാവ് പൂത്ത മണം, മെത്രീഞ്ഞിളയപ്പന്റെ പെരു വയർ കുലുക്കിയുള്ള ചിരി, രണ്ടു കാപ്പി മരങ്ങളിൽ ഒരെണ്ണം മെത്രീഞ് ഇളയപ്പനാണ്,

അപ്പോൾ കായ്ക്കാതെ നിൽക്കുന്ന ചെറിയ കാപ്പി മരം എന്നും അവിട്ടത്തെ തണലിൽ മാത്രമായിരുന്ന മേരി ഇളയമ്മ ആയിരിക്കുമോ ? പൂക്കാത്ത കായ്ക്കാത്ത കാപ്പി മരം ശക്തമായ കാറ്റിൽ ഒന്നുലഞ്ഞ ശേഷം തല താഴ്ത്തി ഭൂമിയിലേക്കിറങ്ങി. അടിവാരമാകെ കാപ്പി മണം പരത്തിയൊരു കാറ്റിപ്പോൾ കിഴക്കോട്ട് ഒഴുകുകയാണ്...

മാതൃഭൂമി കിത്താബ് എഡിഷൻ 3

ആൽകെമിസ്റ്റ്

പലചരക്കുകടയിലെ അബ്ദുൽഖാദർ പിന്നിലേയ്ക്ക് മാറ്റി നിർത്തിയാ സ്വകാര്യം കാതിൽ പറഞ്ഞശേഷം അവന്റെ ജോലി തിരക്കുകളിലേക്ക് വ്യാപൃതനായി. കാലം ശ്ലീ ആയി ഞാൻ ഉള്ളിൽ കൊണ്ടു നടക്കുന്ന മോഹമാണതെന്നു അവനു നന്നായി അറിയാം. ഗഫൂർ മുതലാളി കടയിലുള്ളപ്പോൾ അബ്ദുൽ ഖാദർ എന്നോട് മിണ്ടാൻ വരില്ല വന്നാൽ കിളവൻ മോന്തായം കറുപ്പിച്ചു പള്ളു പറഞ്ഞു തുടങ്ങും. ചങ്ങായിമാരു തമ്മിൽ സംസാരിക്കുന്നതിനു ഇങ്ങോർക്കെന്താ ഈ ഏനക്കേടെന്നു പലതവണ ഞാൻ ചോദിക്കണമെന്നു മനസ്സിൽ നിരുവിച്ചിട്ടുള്ളതാ പക്ഷെയെങ്കിലു അബ്ദുൾഖാദറിന്റെ ജോലിയെ ബാധിക്കുമെന്ന ഭയം മൂലം ഒക്കെ വിഴുങ്ങുകയായിരുന്നു.

തീയ്യ ചെക്കൻ മാപ്പ്ള പയ്യനുമായി കൂട്ടു കൂടിക്കൂടായെന്നു നിയമം ഒന്നും ഇല്ലങ്കിലും നാലാം വേദക്കാരോടുള്ള സഹവാസത്തിന്റെ പേരിലാണത്രെ ഗഫൂർ മുതലാളി അബ്ദുൾഖാദറിനോടു എന്നും കലഹിക്കാറുള്ളത്.

"കടയിൽ വരുന്നവർക്കു സാധനം എടുത്തു കൊടുക്കുക മാത്രമാണ് നിന്റെ ജോലി അല്ലാണ്ട് അവരുടെ കൂടെ കൂടി വഷളു ചിന്തകള് പഠിച്ചെടുക്കുകയല്ല"

ഞാൻ ചെന്നു കഴിഞ്ഞിറങ്ങുമ്പോൾ ഗഫൂർ മുതലാളി ആവർത്തിക്കുന്ന വാചകങ്ങൾ സ്മാർട്ട് ഫോണിൽ റെക്കോർഡ് ചെയ്തു അബ്ദു എനിക്കു വാട്ടസ് ആപ്പ് ചെയ്തു തരും. മനുഷ്യരോടു മിണ്ടിയാൽ പിണങ്ങി പോകുന്ന ദൈവത്തെ എനിക്കൊട്ടും ഇഷ്ട്ടമായിരുന്നില്ല അതു പോലെ തന്നെ അബ്ദുവിന്റെ മുതലാളി ഗഫൂറിനെയും. പെരെലു തനിക്കു മേലെയും കീഴെയുമായി രണ്ടു സഹോദരിമാരുണ്ടെന്ന വിചാരം മാത്രമാണ് അബ്ദുവിനെയാ കുരങ്ങു മോറാന്റെ അടിമത്വത്തിൻ കീഴിൽ പണിയെടുക്കാൻ നിർബന്ധിതമാക്കുന്നതെന്നു മറ്റാരേക്കാളും നന്നായി എനിക്കറിയാം. അടിമത്തം നിരോധിച്ചിട്ടു വർഷങ്ങളെമ്പാടു കഴിഞ്ഞെങ്കിലും ഇമ്മാതിരി സ്ഥലത്തൊക്കെ ഇപ്പോഴും അടിമത്വം പല രൂപത്തിലും പലഭാവത്തിലും നടമാടുന്നുണ്ടെന്നു ഞാൻ മനസ്സിലാക്കി

യിരിക്കുന്നു.

രതീഷേ എങ്ങനാ നമുക്കു പോയാലോ ? വാട്സ് ആപ്പിൽ വന്ന വോയിസ് മെസ്സേജ് കഷണമാണെന്നെ ചിന്തകളിൽ നിന്നും പറിച്ചെടുത്തത്. "പോകണം പോയീ കാണണം ഇത്ര അടുത്തു വന്നിട്ടു പോയി നേരിൽ കാണാതിരുന്നാൽ നമ്മളോടു തന്നെ ചെയ്യുന്ന അനീതിയാവും ഒരു പാട്ടു കണ്ടു മോഹിച്ചതാണ്. എത്ര രാത്രികളിൽ ആ മുഖം സ്വപ്നം കണ്ടു ഉറങ്ങാതെ കഴിച്ചു കൂട്ടിയത് "

പോകാം പോകണം നീ ഉണ്ടാവില്ലേ ?

രണ്ടു പച്ച വര വാട്സ് ആപ്പിൽ തെളിയും വരെ മൊബൈൽ സ്ക്രീനിൽ തന്നെ നോക്കി ഇരുന്നു. തിരക്കുകൾ കഴിഞ്ഞാലേ അബ്ദുവിന്റെ മറുപടി വരൂ. കുറെ നേരം മൊബൈലിൽ തന്നെ നോക്കി ഇരുന്നു മറുതലയ്ക്കൽ അവൻ എന്തോ ടൈപ്പു ചെയ്യുന്നുണ്ടു.

പോകാം നമുക്കൊരുമിച്ചു പോകാം !

ആശ്വാസത്തിന്റെ കൊള്ളിയാൻ എന്റെ ഉള്ളിലൂടെ ഒരു കുളിർ മഴയായി പെയ്തിറങ്ങി. മലപ്പുറത്തു നിന്നും കൊച്ചിക്കു 166 കിലോമീറ്റർ ദൂരമുണ്ട് ഏകദേശം അഞ്ചു മണിക്കൂർ നേരത്തോളം ബസിലിരിക്കണം രാവിലെ അഞ്ചിനു പുറപ്പെട്ടാൽ പത്തു മണിക്കു കൊച്ചിയിലെത്താം. ഗഫൂർ മുതലാളിയോടു എന്തോ കള്ളം പറഞ്ഞു അബ്ദു അവധിയെടുത്തു. ന്യായമായ കാരണമില്ലാതെ അവധി അനുവദിക്കാത്ത ഗഫൂറിനോട് എന്തന്യായമാവും അബ്ദു പറഞ്ഞിട്ടുണ്ടാവുക, എന്തായാലും അവൻ വരും ഞങ്ങളൊരുമിച്ചു കൊച്ചിക്കു വണ്ടി കയറുന്നു.

കല്യാണ സൗഗന്ധികം തേടി പോയ ഭീമസേനനെപ്പോലെ ഞങ്ങളുടെ സ്വപ്നം കീഴടക്കാനുള്ള യാത്ര ആരംഭിച്ചിരിക്കുന്നു. യാത്രയ്ക്കിടയിൽ അബ്ദു മൊബൈലിലെ ഡാറ്റ ഓണ് ആക്കി ആ മുഖത്തെ ഒരിക്കൽക്കൂടി എന്റെ നേരെ നീട്ടി. ഒരു ബഹിരാകാശ പേടകം ആകാശത്തേയ്ക്ക് യാത്ര ചെയ്യും പോലെ ഞങ്ങളെ വഹിക്കുന്ന ശകടം ലക്ഷ്യസ്ഥാനത്തേയ്ക്ക് മുന്നേറികൊണ്ടിരിക്കുകയാണ്.

നിങ്ങളുടെ ആഗ്രഹം തീവ്രമാണെങ്കിൽ ലോകം മുഴവൻ കൂട്ടിനുണ്ടാവുമെന്നു പറഞ്ഞതു പൗലോ കൊയ്‌ലോയാണ് പക്ഷെ തീവ്രമായ ആഗ്രഹത്തോടെ ഒരു ദേശത്തെ യുവാക്കളെമ്പാടും ഒരു പ്രത്യേക പ്രദേശത്തു തടിച്ചു കൂടിയാൽ പൗലോ കൊയ്‌ലോയ്ക്കല്ല സാക്ഷാൽ പടച്ച തമ്പുരാനു പോലും നമ്മുടെ ആഗ്രഹങ്ങളെ സാധിപ്പാൻ കഴിഞ്ഞെന്നുവരില്ല. തടിച്ചു കൂടിയ ജന സമുദ്രത്തിന്റെ നടുവിൽ ഒന്നുറക്കെ കരയാൻ പോലുമാവാതെ ഞാൻ അബ്ദുവിന്റെ കൈ കോർത്തു പിടിച്ചു നിന്നു.

166 കിലോമീറ്റർ താണ്ടി ആഗ്രഹ പൂർത്തീകരണത്തിനെത്തിയ രണ്ടു ചെറുപ്പക്കാർ ഈ ആൾക്കൂട്ടത്തിനിടയിൽ ഉണ്ടെന്നു മനസ്സിലാ

ക്കാൻ ക്രിസ്തു ദേവന്റെ കഴിവൊന്നും അവർക്കുണ്ടായിരുന്നില്ല എന്നു ഞാൻ അബ്ബുവിനെ സമാശ്വസിപ്പിക്കാൻ ശ്രമിച്ചു. തിരികെയുള്ള യാത്ര വിരസതയുടെയും നൈരാശ്യത്തിന്റെയുമായിരുന്നു. മൊബൈലിൽ ഡൌൺലോഡ് ചെയ്തു വെച്ച വീഡിയോകളിൽ ഒന്നു ഓൺ ആക്കി നഷ്ട്ടപെട്ടു പോയ നേർകാഴ്ച ഇതല്ലായിരുന്നുവോ എന്നു ഞങ്ങൾ നെടുവീർപ്പെട്ടു.

ചരിത്രത്തിൽ റോബർട്ട് ബ്രൂസ് എന്നൊരു രാജാവുണ്ടായിരുന്നു, ഏഴു തവണ യുദ്ധം പരാജയപ്പെട്ടയാൾ എല്ലാം നശിച്ചെന്നു കരുതി നാടുവിടാനൊരുങ്ങി നിന്നയാൾ, ഒരു ചിലന്തി അതിന്റെ വല കെട്ടുന്നതിൽ പരാജയപെട്ടിട്ടും വിജയം വരെ അതിനു ശ്രമിക്കുന്നതു കണ്ടു ഉത്തേജിതനായി യുദ്ധം ചെയ്തു കീഴ്പ്പെടുത്തിയയാൾ. ഒരു വേദാന്തിയെപ്പോലെ ഞാൻ സംസാരിക്കുമ്പോൾ അബ്ബു മൊബൈലിലെ വീഡിയോ ഓൺ ആക്കി എനിക്കു നേരെ തിരിച്ചു പിടിച്ചു. വാക്കുകളെ വിഴുങ്ങി കൊണ്ടൊരു തീപക്ഷി ഇരു ഹൃദയങ്ങളിലൂടെയും ചിറകടിച്ചുയർന്നു...

കലാപൂർണ്ണ, ജനുവരി 2018

കറുത്ത പുണ്യവാളൻ

സുനാമി ഉണ്ടാകുന്നതിനു മൂന്നു മാസം മുൻപ് സൈമൺ ഇളയപ്പനു ചാൾസ് ലവാൻഗാ പുണ്യാളന്റെ ദർശനമുണ്ടായി. സൈമൺ ഇളയപ്പൻ മുൻപെങ്ങും കണ്ടിട്ടും കേട്ടിട്ടുമില്ലാത്ത വിശുദ്ധൻ ആയതിനാൽ ഇളയപ്പൻ ആദ്യമൊന്നവിശ്വസിച്ചു. ഇളയപ്പന്റെ വിശ്വാസത്തിലുള്ള പുണ്യവാളന്മാർക്കെല്ലാം വെളുത്ത ചുവന്ന കളറായിരുന്നതിനാൽ തന്റെ മുന്നിൽ പ്രത്യക്ഷപ്പെട്ട കറുത്ത കുറുകിയ ളോഹ ധാരിയെ ഏതെങ്കിലും പള്ളിയിലെ അച്ചൻ എന്നതിൽ കവിഞ്ഞൊരു പദവിയിലേക്കുയർത്താൻ സൈമൺ ഇളയപ്പൻ ആദ്യം തയ്യാറായില്ല. ഉഗാണ്ടയിൽ ജനിച്ചു ക്രിസ്തുവിനു വേണ്ടി രക്തസാക്ഷിത്വം വരിച്ചു പോൾ ആറാമൻ പാപ്പായാൽ വിശുദ്ധീകരിക്കപ്പെട്ട തിരുസഭയുടെ ഒറിജിനൽ പുണ്യവാളനാണ് തന്റെ മുന്നിൽ നിൽക്കുന്നതെന്നറിഞ്ഞപ്പോൾ സൈമൺ ഇളയപ്പനു അത്ഭുതത്തോടൊപ്പം അഭിമാനവും തോന്നി. ഇളയപ്പന്റെ കളറായ കറുത്ത കളറുള്ള വിശുദ്ധൻ കത്തോലിക്കാ സഭയിൽ ഇല്ലെന്നായിരുന്നു ഇളയപ്പന്റെ ഇതുവരെയുള്ള ധാരണ.

സൈമൺ ഇളയപ്പൻ സ്വന്തബന്ധമുള്ള ഒരാളോടെന്നപോലെ ലവൻഗ പുണ്യവാളനോടു സംസാരിച്ചു തുടങ്ങി. ഉഗാണ്ടയിൽ ജനിച്ചു വളർന്നു രക്തസാക്ഷിത്വം വരിച്ച വിശുദ്ധൻ തന്നെ തേടിയെത്തിയതിലുള്ള അത്ഭുതം മറച്ചു വെയ്ക്കാതെ സൈമൺ ഇളയപ്പൻ പുണ്യാള നോടു ചേർന്നിരുന്നു. ആറാട്ടുപ്പുഴ കടപ്പുറത്തെ റൗഡിയും വട്ടിപലിശക്കാരനുമായ സൈമൺ ഇളയപ്പൻ പണ്ടെപ്പോഴോ വായിച്ച ബൈബിൾ വചനമോർത്തു. ചുങ്കക്കാരനും പാപിയുമായ സക്കേവൂസിനോടൊത്തു ഊണു കഴിക്കാൻ ക്രിസ്തു എത്തിയപ്പോൾ പിടിച്ചു പറിച്ചതു മുഴുവൻ പത്തും നൂറും ഇരട്ടിയായി കൊടുത്തു എന്നതാണ് ബൈബിൾ ചരിത്രം. താനും അങ്ങനെ എന്തെങ്കിലും അവിവേകം കാണിക്കുമെന്നു കരുതിയാവണം പുണ്യവാളനെ കർത്താവ് ഇങ്ങോട്ടയച്ചിട്ടുള്ളത്. സക്കേവൂസല്ല കർത്താവേ സൈമൺ ! കർത്താവിന്റെ ദൂതനെ ക്ഷമിക്കുക.

ലവൻഗ പുണ്യവാളൻ സൈമൺ ഇളയപ്പനെ നോക്കി മന്ദഹസിച്ചു. ദ്രവ്യാഗ്രഹിയെ നീ അറിയുക മൂന്നു മാസത്തിനപ്പുറം കടൽ കരയി

ലേയ്ക്കടിച്ച കയറി സർവ്വതും നശിക്കാൻ പോകുന്നു. അനുതപിച്ച ദൈവ മാർഗത്തിൽ വരാൻ ഇനിയും തൊണ്ണൂറ്റ ദിവസമുണ്ട്. വെളുത്തവരായ ഒരു ദൂതരും പറയുന്നതു നീ അനുസരിക്കില്ലെന്നറിയുന്ന ദൈവമാണ് എന്നെ നിന്റെ അടുക്കലേയ്ക്ക് അയച്ചത്. പുണ്യവാളൻ പച്ചയ്ക്ക ജാതീയത പറഞ്ഞു പ്രലോഭിപ്പിക്കാൻ ശ്രമിച്ചെങ്കിലും സൈമൺ ഇളയപ്പൻ ഇള കിയില്ല, ദൈവത്തിനുള്ളതു എല്ലാ ഞാറാഴ്ച്ചയും സോസ്തൃ കാഴ്ച പെ ട്ടിയിൽ ഇടുന്നുണ്ട്, പള്ളിക്കു ഓഹരിയും പതാരവും കൊടുക്കുന്നുണ്ട് എന്നിട്ടും പുണ്യവാളൻ മാരെ വിട്ടു തന്നെ പുശ്ചിക്കുന്ന ദൈവത്തോടു ഇളയപ്പനമർഷം തോന്നി.

ലാവഗ പുണ്യവാളൻ സൈമൺ ഇളയപ്പനെ ഒരു കാഴ്ചയിലേക്ക് കൂട്ടികൊണ്ടു പോയി. ഒരപരിചിതമായ കടൽത്തീരം ആ തീരത്തിന രികിലൂടെ ഒരു റെയിൽ പാളം അതിലൂടെ ചൂളം വിളിച്ച പാഞ്ഞു വരു ന്ന കൽക്കരി വണ്ടി. അതിനുള്ളിൽ നിന്നും പ്ളമീന തല പുറത്തേയ്ക്കിട്ടു കൈ നീട്ടി വിളിച്ചു. സൈമൺ ഇളയപ്പൻ എഴുന്നേറ്റ ട്രെയിനിനു നേരെ

നടന്നു. പ്ളമീന വിളിച്ചാൽ ഇളയപ്പൻ ഏതു നരകത്തിലേയ്ക്കു വേണമെങ്കിലും പോകും, അത്രമേൽ ഹൃദയമായതിൻ ശേഷമാണവൾ അകന്നു പോയത്. പ്ലമീന കൈ പുറത്തേയ്ക്കാഞ്ഞു നീട്ടി സൈമൺ ഇളയപ്പന്റെ കൈകളിൽ തൊടാൻ ശ്രമിക്കുന്നു. പടിഞ്ഞാറു സമുദ്രം എന്തിനെന്നില്ലാതെ ഉൾവലിയുന്നു.

സൈമൺ ഇളയപ്പൻ പ്ലമീനയുടെ കൈ തൊട്ടു തൊട്ടില്ല എന്നായതും പിന്നിലേയ്ക്ക് വലിഞ്ഞ കടൽ സംഹാര രൂപം പൂണ്ടു ഉയർന്നു പൊങ്ങി. സൈമൺ ഇളയപ്പൻ കണ്ണു തുറന്നു ചുറ്റും നോക്കി പ്ലമീനയുടെ മാലയിട്ട ഫോട്ടത്തിനു മുന്നിൽ ചിമ്മി നിന്ന വിളക്കുകളിൽ പ്രകാശം വർദ്ധിച്ചിരിക്കുന്നു. അവളായിരുന്നു ഇളയപ്പന്റെ പ്രകാശം അവൾ പോയിട്ടിന്നോളം അയാൾ സന്തോഷിച്ചിട്ടില്ല. പലിശക്കാരന്റെ പണം അലമാരകളിലെ ചിതലിനു തിന്നാനാണെന്നുള്ള അവളുടെ ഓർമ്മപ്പെടുത്തലുകളെ അവഗണിക്കാതിരുന്നെങ്കിൽ ഒരു പക്ഷെ തന്റെ വെളിച്ചമായി അവൾ ഇപ്പോഴും ഉണ്ടായേനെ. കുറച്ചു നിമിഷങ്ങൾക്കു മുൻപു തന്നോടു സംസാരിച്ച കറുത്ത പുണ്യാളനെ അയാൾ മുറിയിലെമ്പാടും പരതി.

ചാൾസ് ലവാൻഗാ അങ്ങനെയൊരു വിശുദ്ധൻ കത്തോലിക്കാ സഭയിൽ ഉണ്ടായിരുന്നോ ? നമ്മളറിയാത്ത ശത ലക്ഷം വിശുദ്ധർ സഭയിലുണ്ട് ഒരു പക്ഷെ അവരിലാരെങ്കിലുമായിരിക്കും. അയാൾ കമ്പ്യൂട്ടർ ഓൺ ആക്കി ഗൂഗിളിൽ പരതി. ഉഗാണ്ടയിൽ കൊല്ലപ്പെട്ട 22 കത്തോലിക്കാ വൈദികരിൽ പ്രധാനി ആയിരുന്ന ചാൾസ് ലവൻഗ പടിഞ്ഞാറുകാർക്കോ പൗരസ്ത്യർക്കോ ഇന്ത്യൻ ഉപഭൂഖണ്ഡത്തിനോ അജ്ഞാതനാണ്. ഏഷ്യയിൽ ശ്രീലങ്കയിലെ ഗാലെ എന്ന നഗരത്തിൽ മാത്രാമാണീ വിശുദ്ധന്റെ പേരിൽ ഒരു ദേവാലയമുള്ളത്. വിശുദ്ധനെങ്കിലും നിറം കറുത്തു പോയാൽ അവഗണന നേരിടുകയേ വഴിയുള്ളൂ.

സൈമൺ ഇളയപ്പൻ തത്വ ജ്ഞാനിയെപ്പോലെ ആലോചനയിൽ മുഴുകി. ജനിച്ചിട്ടിന്നോളം കണ്ടിട്ടുള്ള കത്തോലിക്കാ പുണ്യാവാളന്മാരിൽ ആരും വരാതെ അങ്ങു ഉഗാണ്ടയിലെ ഒരു കറുത്ത പുണ്യാളൻ സ്വപ്നത്തിൽ തന്റെയടുത്തു വന്നതിനെ ഓർത്തയാൾ ആശങ്കപ്പെട്ടു. ദർശനം നൽകിയ പുണ്യവാളന്റെ തിരുശേഷിപ്പുള്ള ശ്രീലങ്കയിലെ പള്ളി സന്ദർശിക്കുന്നതിനെക്കുറിച്ചു സൈമൺ ഇളയപ്പൻ പദ്ധതികളുണ്ടാക്കി. പുണ്യവാളൻ ദർശനം നൽകിയ അന്നു മുതൽ പലിശ കൊടുക്കാൻ വന്ന ഇടപാടുകാരെ സൈമൺ ഇളയപ്പൻ നിരുത്സാഹപ്പെടുത്തി മടക്കി. കൊടും വാളുമായി പലിശ വാങ്ങാനിരുന്ന സൈമൺ ഇളയപ്പന്റെ ദിവ്യ ദർശനം ആറാട്ടുപുഴ കടപ്പുറം മുഴുക്കെ കാട്ടു തീ പോലെ പടർന്നു. വലിയ പലിശയ്ക്കു കടം വാങ്ങിയ വള്ളമുടമകൾ മുതൽ അത്താ

ഴപട്ടിണിക്കാരായ മീൻപിടിത്തക്കാർ വരെ തങ്ങളിതുവരെ കേൾക്കാത്ത പുണ്യവാളന്റെ പേരിൽ മെഴുകുതിരി നേർച്ച നേർന്നു.

സൈമൺ ഇളയപ്പൻ ലവൻഗാ പുണ്യവാളന്റെ പള്ളി തേടി ശ്രീലങ്കയിലെ ഗാലയിലേയ്ക്കു വിമാനം കയറുകയാണ്. പാപി മാനസാന്തരപ്പെട്ടു പുതിയ മാർഗം തേടുന്ന വാർത്ത കാണാനും കേൾക്കാനും ആറാട്ടുപുഴ ഗ്രാമം ഒന്നാകെ തടിച്ചു കൂടി. ആറു മാസമായി പലിശയും മുതലും കൊടുക്കാതെ മുങ്ങി നടന്നിരുന്ന മീൻകാരൻ അറുത്തകൈ അപ്പച്ചൻ സൈമൺ ഇളയപ്പന്റെ കൈ മുത്തി പുണ്യാളന്റെ പള്ളിയിലേയ്ക്കുള്ള യാത്രയ്ക്കു സർവ്വ മംഗളങ്ങളും നേർന്നു.

ഗാലെ ആറാട്ടുപുഴപോലൊരു കടലോര നഗരമാണ്, ആറാട്ടു പുഴയിൽ നിന്നുള്ളതിൽ നിന്നും വ്യത്യസ്തമായി ഒന്നുമില്ലാത്ത ഒരു കൊച്ചു പട്ടണം. പുണ്യവാളന്റെ പള്ളിയിൽ സാഷ്ട്ടാഗം പ്രണമിക്കുമ്പോൾ വീണ്ടും അയാളാ കാഴ്ച കണ്ടു കടലോര നഗരത്തിന്റെ വിരിമാറിലൂടെ ഒരു കൽക്കരി തീവണ്ടി ചൂളം വിളിച്ചു വരുന്നു. ജലകത്തിനിടയിലൂടെ പ്രിയപ്പെട്ടവൾ പ്ളമീന കൈ പുറത്തേക്കിട്ടു വിളിക്കുന്നു. തിര മുൻപെങ്ങുമില്ലാത്ത ആവേശത്തിൽ കടലിനകത്തേയ്ക്കു ആർത്തിയോടെ ഉൾവലിയുന്നു പിന്നൊരു ഇരമ്പമായിരുന്നു.

പ്ലമീനാ, പ്ലമീനാ അയാൾ ഉച്ചത്തിൽ അലമുറയിട്ടു കരഞ്ഞു. ട്രെയിനിപ്പോൾ രാക്ഷസ തിരമാലയുടെ പിടിയിലാണ്. മൂന്നാം പ്രാവശ്യം മലക്കം മറിഞ്ഞ ബോഗിയിൽ നിന്നും പുറത്തേയ്ക്കു തെറിച്ച സൈമൺ ഇളയപ്പനെ രണ്ടു കറുത്ത കരങ്ങൾ താങ്ങി പുറത്തേയ്ക്കു നിർത്തി. പിന്നാലെ ആർത്തിരമ്പി വന്ന തിരമാലകൾക്കു നടുവിലൂടെ സൈമൺ ഇളയപ്പനും പ്ലമീനയും കൈ പിടിച്ചു മുന്നോട്ടു നടന്നു. കൂട്ടിനൊരു കറുത്ത പുണ്യാളനും...

ദേശാഭിമാനി വാരിക, മെയ് 2018

നിഗൂഢതകളുടെ പ്രവാസ പുസ്തകം

എംബാം ചെയ്ത മൃതപേടകത്തിനോടൊപ്പം അനുഗമിക്കാൻ ആരുമില്ലാതിരുന്നത് കൊണ്ടാണ് മുഹമ്മദ് ജമാൽ എന്ന സിറിയൻ പി ആറോ സഹമുറിയനും അടുത്ത സുഹൃത്തുമായ എന്നോടു കൊളോമ്പോ വരെ ആ മൃതദേഹവുമായി പോകാമോ എന്നാവശ്യപ്പെടുന്നത്. മരണപ്പെട്ട ചാമില എന്റെ അടുത്ത സുഹൃത്തും നല്ല മനുഷ്യനുമായിരുന്നു വളരെ വൈകി വിവാഹം ചെയ്ത അതിലും വൈകി കുട്ടി ഉണ്ടായ നാലു വയസുള്ള ആൺകുട്ടിയുടെ പിതാവ്. ചാമിലയ്ക്കൊരു ദൗർബല്യമുണ്ടായിരുന്നു എവിടെ പുറത്തേയ്ക്കു പോയാലും അയാളൊരു കളിപ്പാട്ടവുമായേ റൂമിൽ തിരികെയെത്താറുണ്ടായിരുന്നുള്ളൂ. ഏറെ മോഹിച്ച കാത്തിരുന്നുണ്ടായ ഉണ്ണിക്കു കൊടുക്കാൻ വാങ്ങി കൂട്ടുന്നതാണാ കളിപ്പാട്ടങ്ങളൊക്കെയും. വാങ്ങി കൊണ്ടു വരുന്ന ഓരോ കളിപ്പാട്ടവും അയാൾ റൂമിൽ വെച്ച ഒന്നു പരീക്ഷിക്കും. കുരയ്ക്കുന്ന പട്ടിയും, ഡാൻസ് ചെയ്യുന്ന ആനയും ഓടുന്ന ട്രെയിനും എന്നു വേണ്ട അയാൾ വാങ്ങാത്തതായി ഒന്നും തന്നെ ഉണ്ടായിരുന്നില്ല ആദ്യമൊക്കെ കൗതുകമായിരുന്ന അയാളുടെ കളിപ്പാട്ട ഭ്രമം പോകെ പോകെ എനിക്കൊരു പുതിയ വിഷയമേ അല്ലാതായിരുന്നു. ശ്രീലങ്കയിലേയ്ക്ക് പാർസൽ അയയ്ക്കുമ്പോൾ കനമല്ല പെട്ടിയുടെ വ്യാപ്തം മാത്രമാണ് നോക്കുന്നതെന്ന ചിന്ത അയാളുടെ കളിപ്പാട്ട വാങ്ങലുകളെ നേർരേഖപോലെ അവസാനിക്കാത്തതാക്കി.

മൃതപേടകത്തോടൊപ്പം അയാൾ വാങ്ങിക്കൂട്ടിയ കളിപ്പാട്ടങ്ങളും കൊണ്ടുപോകണം. ആത്മാർത്ഥ സ്നേഹിതനു ഇതിലും നല്ലൊരു ചരമ ശുശ്രൂഷ ചെയ്യാനില്ലെന്ന തിരിച്ചറിവിൽ ഞാൻ മുൻകൈയെടുത്തു മുഴുവൻ കളിപ്പാട്ടങ്ങളെയും എംബാം ചെയ്ത മൃതപേടകത്തിന്റെ കൂടെ കൊണ്ട് പോകാൻ അനുമതിയായിരിക്കുന്നു. മകൻ ജനിച്ചിട്ടു ഒരു തവണ മാത്രമാണിയാൾ നാട്ടിൽ പോയിരിക്കുന്നത് അമ്മയും മകനും അവരുടെ പ്രിയപ്പെട്ടവനെ ഈ അവസ്ഥയിൽ കാണുക ഹൃദയഭേദകമായിരിക്കും.

ദൈവമേ നിന്നോടെനിക്കൊരു പ്രാർത്ഥനയേയുള്ളൂ എന്തെങ്കി

ലും അപകടം സംഭവിക്കുന്നെങ്കിൽ അതു വേണ്ടപെട്ടവർക്കരികിൽ ആയിരിക്കുമ്പോൾ മാത്രമാക്കണേ. ഇതുപോലൊരു ഏകാന്ത അവസ്ഥയിൽ അനാഥ ശവമായി വിറച്ചു വിങ്ങലിച്ചൊരു പെട്ടിയിൽ പിറന്ന നാട്ടിലേയ്ക്കിറങ്ങാൻ ഇടവരുത്തരുതേ. എന്റെ ചിന്തകളെയും പ്രാർത്ഥനകളെയും മുറിച്ചു കൊണ്ട് വിമാനം കടുനായിക്ക് വിമാനത്താവളത്തിൽ ലാൻഡ് ചെയ്തു.

വണ്ണിയാർച്ചി എന്നു പരിചയപ്പെടുത്തിയ ഒരാളാണ് മൃതദേഹം ഏറ്റു വാങ്ങാൻ ആംബുലൻസുമായി എത്തിയിരിക്കുന്നത്. അയാൾ നന്നായി തമിഴ് സംസാരിക്കുന്നതിനാൽ എന്റെ ആശയ വിനിമയം സുഗമമാകും എന്നു ഞാൻ മനസ്സിൽ കണക്കു കൂട്ടി. കൊളംബോയിൽ നിന്നും ഏകദേശം അറുപതു കിലോമീറ്റർ അകലെയുള്ള അനുരാധപുര എന്ന വനമേഖല അവസാനിക്കുന്ന കൊച്ചു നഗരത്തിലാണ് പരേതന്റെ വീട്. ആംബുലൻസ് പുറപ്പെട്ടു കുറച്ചു കഴിഞ്ഞതും വണ്ണിയാർച്ചി ഞാനൊട്ടും പ്രതീക്ഷിക്കാത്തൊരു ചോദ്യമെറിഞ്ഞു.

വിദേശത്തു വെച്ചു മരണപ്പെട്ടവർക്കു ഒരു പാടു പണം ലഭിക്കും അല്ലേ ?

ഞാൻ ഇതുവരെ പരിചയപ്പെട്ട ശ്രീലങ്കക്കാരെല്ലാം നല്ലവരാണ് എന്നാൽ അങ്ങനെയല്ലാത്തവരും ഉണ്ടെന്നു ഇപ്പോൾ ബോധ്യമായിരിക്കുന്നു. ഞാൻ മൗനം പാലിച്ചു. ഞാൻ കേൾക്കാത്തതെന്നു കരുതി കുറച്ചു കൂടി ഉച്ചത്തിൽ അയാളാ ചോദ്യം വീണ്ടും ചോദിക്കുന്നു.

വിദേശത്തു വെച്ചു മരണപ്പെട്ടവർക്കു ഒരു പാടു പണം ലഭിക്കും അല്ലേ ?

അതെ പക്ഷെ അതയാളുടെ ഭാര്യയ്ക്കും മക്കൾക്കും മാത്രമുള്ളതാണ്. എന്റെ മറുപടിക്കു കാഠിന്യമേറിയെന്നു തോന്നി. അല്ലെങ്കിലും ഔചിത്യ ബോധമില്ലാതെ സംസാരിക്കുന്നവരെ കേട്ടാൽ എനിക്കു കലിയിള കും.

വണ്ണിയാർച്ചി മുറുക്കി ചുവപ്പിച്ച ചുണ്ടുകൾ വിടർത്തി ചിരിച്ചു. അയാളുടെ വായിൽ ചതഞ്ഞരയുന്ന മുറുക്കാൻ കൂട്ടത്തെ നാവുകൊണ്ടൊരു വശത്തേയ്ക്കൊതുക്കി അയാൾ തുടർന്നു.

മരിച്ചയാൾക്കു ഞാനല്ലാതെ ഒരു ബന്ധുവും ഈ ഭൂമുഖത്തില്ല !!

സിംഹളയിൽ അയാൾ എന്തോ ഡ്രൈവറോടു പറഞ്ഞു ആംബുലൻസിന്റെ സ്പീഡ് കൂട്ടുന്നു. ഞാൻ ഭയവിഹ്വലനായി പുറത്തേയ്ക്കു നോക്കി. അറിയപ്പെടാത്ത നാടും ഭാഷയും മരിച്ചയാളുടെ പണമെല്ലാം ഞാൻ കൂടെ കൊണ്ട് വന്നിട്ടുണ്ടെന്നാണ് ഇവരുടെ ധാരണ. ഒരു പക്ഷെ എന്നെ ആക്രമിച്ചു കൊലപ്പെടുത്താനും ഇവർ തുനിഞ്ഞേക്കും. തൊണ്ട വറ്റി വരളുന്നു വീട്ടിൽ വഴിക്കണ്ണുമായി കാത്തിരിക്കുന്ന ഭാര്യ

യും മൂന്ന കുഞ്ഞുങ്ങളും.

ആംബുലൻസ് ഇപ്പോൾ വനമേഖലയിലേയ്ക്ക കടന്നിരിക്കുന്നു. കട്ട പിടിച്ച ഇരുട്ടിനെ കീറി നീങ്ങുന്ന വണ്ടിയിൽ യന്ത്രമനുഷ്യനെപ്പോലെ സ്റ്റിയറിങ് പിടിച്ചിരിക്കുന്ന ഡ്രൈവറും മുറുക്കാൻ ചവച്ച പുറത്തേയ്ക്ക തുപ്പുന്ന കറുത്തു തടിച്ച വണ്ണിയാർച്ചിയും പേടിയോടെ ഞാനും. മൃതദേഹം ബന്ധുക്കൾക്കു കൈമാറി എനിക്കു പോരാമായിരുന്നു എന്നാൽ പ്രിയ സ്നേഹിതന്റെ അന്ത്യ കർമ്മങ്ങൾക്കും സാക്ഷിയാകാൻ ഞാനെടുത്ത ഉറച്ച തീരുമാനമാണെന്നെ ഇപ്പോളീ മരണ വക്രത്തിൽ പെടുത്തിയിരിക്കുന്നത്.

ഭയപ്പെടേണ്ട തമ്പി ഇപ്പോൾ വീടെത്തും !

അയാളെന്റെ പരിഭ്രമം മനസ്സിലാക്കിയിരിക്കുന്നു. വെളിച്ചമുള്ള പാതയിലേയ്ക്ക് വണ്ടി വളഞ്ഞിറങ്ങി. അധികം ആൾതാമസമില്ലാത്ത ഒരു തെരുവിന്റെ അറ്റത്തു പ്രാചീനമെന്നു തോന്നിക്കുന്ന ഒരു കൂര അതിന്റെ മുറ്റത്തു ആംബുലൻസ് നിന്നു. മൂന്നോ നാലോ പേർ ചേർന്നു മൃതദേഹം താഴെയിറക്കി. ചാമിലയുടെ മകനും വിധവയ്ക്കും വേണ്ടി എന്റെ കണ്ണുകൾ അവിടമാകെ പരതി നടന്നു. കൂടി നിന്ന പത്തിൽ താഴെ വരുന്ന ആരിലും ദുഖത്തിന്റെ ലാഞ്ഛനപോലുമില്ല. ആകെ തമിഴ് അറിയാവുന്ന വണ്ണിയാർച്ചി ആംബുലൻസ് നിർത്തിയതും എങ്ങോട്ടോ പോയിരിക്കുന്നു.

ബുദ്ധ ഭിക്ഷുക്കളിലൊരാളുമായി വണ്ണിയാർച്ചി മടങ്ങി വന്നിരിക്കുന്നു അവരുടെ കർമ്മങ്ങൾ കഴിഞ്ഞതും മൃതദേഹം ദഹിപ്പിക്കാനുള്ള ചിത റെഡി ആയിരിക്കുന്നു. സാധാരണ ബുദ്ധ മതാചാര പ്രകാരം മൃതദേഹങ്ങൾ കുഴിച്ചിടുകയാണ് പതിവ് എന്നാൽ വിദേശത്തു നിന്നും മരണപ്പെട്ടു വരുന്നവയെ ചുട്ടെരിച്ചില്ലെങ്കിൽ ആത്മാവിനു മോക്ഷം ലഭിക്കില്ലത്രേ. വണ്ണിയാർച്ചി പറഞ്ഞതെല്ലാം സത്യമാണ് മരിച്ച ചാമിലയ്ക്കു ഭാര്യയോ മകനോ ഇല്ല. ഉണ്ടായിരുന്നെങ്കിൽ ഇപ്പോളിവിടെ ഉണ്ടാകുമായിരുന്നേനെ എന്നിട്ടും ആർക്കാണയാൾ ഇത്രയും കളിപ്പാട്ടങ്ങൾ വാങ്ങി കൂട്ടിയത്.

തിരികെ എയർപോർട്ടിലേയ്ക്കുള്ള യാത്രയിൽ വണ്ണിയാർച്ചിയതു തുറന്നു പറഞ്ഞു. ചാമില കെട്ടിയ പെണ്ണു അയാൾക്കു കുട്ടികളുണ്ടാകില്ല എന്നറിഞ്ഞ നിമിഷം അയാളെ ഉപേക്ഷിച്ചു കടന്നു കളഞ്ഞത്രേ. പിന്നീടുള്ള ഓരോ വരവിലും അയാൾ ഗ്രാമം മുഴുവനുമുള്ള എല്ലാ കുട്ടികൾക്കും കളിപ്പാട്ടണങ്ങളുമായാണത്രെ നാട്ടിൽ എത്താറുള്ളൂ. തന്റെ അവസാന യാത്രയിലും അവർക്കായി കളിപ്പാട്ട സഞ്ചി കരുതാൻ അയാൾ മറന്നതുമില്ല. വണ്ണിയാർച്ചിയും ഞാൻ പരിചയപ്പെട്ട എല്ലാ ശ്രീലങ്കക്കാരെയും പോലെരു നല്ല മനുഷ്യൻ തന്നെ ആണെന്നു എനിക്കിപ്പോൾ

ബോധ്യം വന്നിരിക്കുന്നു.

തിരികെ റൂമിലെത്തുമ്പോൾ ചാമിലയുടെ ബുദ്ധ പ്രതിമയ്ക്കരികിലിരുന്ന കുബേര കുഞ്ചി പ്രതിമ എന്നെ നോക്കി തലയാട്ടി ചിരിച്ചു. ഒരു പാട്ടു നിശ്ശബ്ദതകളുമായി ഒരു കട്ടിലിനപ്പുറവും ഇപ്പുറവും ഉണ്ടുറങ്ങുന്നവരാണ് പ്രവാസികളെന്നയാൾ എന്നോടു ഉറക്കെ പറഞ്ഞു ശേഷം ഉച്ചത്തിൽ അട്ടഹസിച്ചു...

കലാകൗമുദി കഥ, 2017 ജൂൺ

എന്റെ ദൈവമേ എന്റെ ദൈവമേ എന്തു കൊണ്ടു നീയെന്നെ ഉപേക്ഷിച്ചു

ഏലിയാമ്മയ്ക്കൊരു സ്വപ്നദർശനമുണ്ടായി ഇടവക പള്ളിയിലെ കർത്താവിന്റെ തിരുശരീരം പണിയാൻ അങ്ങ് ദൂരെ നിന്നും മുടി നീട്ടി വളർത്തിയ ശിൽപി വരുന്നു. ഏലിയാമ്മ ഞെട്ടിയുണർന്നു ക്രൂശിത രൂപമല്ലാതെ കർത്താവിന്റെ തിരു ശരീരം ഇന്നേവരെ ആ ഇടവകയിൽ ഉണ്ടായിരുന്നില്ല. അമേരിക്കയിൽ പെട്രോൾ ബങ്ക് നടത്തുന്ന ഇളയ മകൻ ജോയെ വിളിച്ചു ഏലിയാമ്മ സ്വപ്ന ദർശനത്തിന്റെ കഥ വിളമ്പി. അമ്മച്ചി പറയുന്നതിനപ്പുറം കേൾക്കാത്ത ഇള്ളക്കുട്ടി കേട്ട പാതി കേൾക്കാത്ത പാതി പതിനായിരം ഡോളർ അമ്മച്ചിയുടെ സ്വപ്ന സാക്ഷാത്ക്കാരത്തിനായി മാറ്റി വെച്ചു.

ഞായറാഴ്ച്ച ഉച്ച കുർബാന കഴിഞ്ഞുള്ള പൊതുയോഗം ഏലിയാമ്മയുടെ തിരുസ്വരൂപ വാർത്ത എതിരില്ലാതെ കൈയടിച്ചു പാസാക്കപ്പെട്ടു. ഡോളറിന്റെ മണമുള്ള അമ്മച്ചി പള്ളിക്കു കൊടുക്കുന്ന ഏതു സംഭാവനയും ഇരു കൈയും നീട്ടി സ്വീകരിക്കാൻ ഇടവകക്കാരെപ്പോലെതന്നെ വികാരി ചേനമൂട്ടിൽ അച്ചനും മുൻപന്തിയിൽ നിന്നു. കൊച്ചൻ തുപ്പലു കുടിച്ചു അമേരിക്കയിൽ കിടന്നു ഉണ്ടാക്കുന്ന കാശാണെന്നും അത് കർത്താവിനല്ലാതെ പള്ളിക്കാരെ കൊണ്ടു മുഞ്ചാൻ സമ്മതിക്കത്തില്ലന്നും മനസിലുറപ്പിച്ച ഏലിയാമ്മ ചേനമൂട്ടിൽ കത്തനാരോടൊരു ഉപാധി വെച്ചു. പള്ളികമ്മറ്റി കൊണ്ട് വരുന്ന ശില്പി ഏലിയാമ്മേടെ പോരയിടത്തിലിട്ടു തിരു സ്വരൂപം ഉണ്ടാക്കുക. ചിലവിനു കൊടുക്കുന്നവൻ പറയുന്നതിലും വലിയൊരു സുവിശേഷമില്ലന്നു അറിയാവുന്നവർ ഏലിയാമ്മ ചേടത്തിയുടെ തിരുസ്വരൂപ നിർമാണത്തിന് സർവാത്മനാ നിരുപാധിക പിന്തുണ പ്രഖ്യാപിച്ചു.

അടുത്ത ദുഃഖ വെള്ളിയാഴ്ച നഗരി കാണിക്കാൻ കർത്താവിന്റെ തിരുസ്വരൂപം ഇടവകയിൽ ഉണ്ടാവണമെന്നുള്ള വാശിയിൽ ഇടവകക്കാർ ഒത്തു ചേർന്നൊരു ശില്പിയെ കണ്ടെത്തി. മഹാബലിപുരത്തു

നിന്നും വന്ന താടിയും മുടിയും നീട്ടി വളർത്തിയ മനുഷ്യനെ കണ്ടപ്പോൾ ഏലിയാമ്മ ഒരു ദേജാവു പോലെയാ സ്വപ്നത്തെ വീണ്ടും ഒരിക്കൽ കൂടി ഓർത്തെടുത്തു. നിയോഗങ്ങൾ എല്ലാം നിയോഗങ്ങളാണ് നാമൊക്കെ അതിലേയ്ക്ക് വെറുതെ ചെന്നടുക്കുന്ന ഉപകരണങ്ങൾ മാത്രം. ഏലിയാമ്മയും വേലക്കാരിയും മാത്രമുള്ള മൂവായിരം ചതുരശ്ര അടി വിസ്തീർണ്ണമുള്ള മാണി മാളികയ്ക്കു മുന്നിൽ ഒരു വലിയ പന്തലുയർന്നു. ആളില്ലാ മണി മാളികയായ ശാലോം സമാധാനത്തിൽ നിന്നും ഉളിയും കൊട്ടുവടിയും കരിങ്കല്ലിൽ തീർക്കുന്ന വ്യതിരിക്തമായ ശബ്ദത്താൽ ഏലിയാമ്മയുടെ രാവുകളും പകലുകളും സംഗീതാത്മകമായി.

ശില്പി ആരോടും ഒന്നും മിണ്ടിയില്ല പാതി വഴിയിലായ ശിൽപം കാണണമെന്ന് ഏലിയാമ്മയ്ക്കു കലശലായ മോഹമുദിച്ചു പക്ഷെ ശിൽപം തീരാതെ ശിൽപിയ്ക്കു പോലും അതിന്റെ പൂർണ്ണ അർത്ഥത്തിൽ കാണാൻ അനുവാദമില്ല എന്ന ഉഗ്ര ശാസന ഏലിയാമ്മയെ പിന്നോട്ടു വലിച്ചു. ആഗ്രഹം ഉച്ച സ്ഥായിയിൽ ആയപ്പോൾ ഏലിയാമ്മ ജോലിക്കാരിയോട് ഒരു ഉപായം വെച്ചു. ശില്പി ലഹരിയുടെ മയക്കത്തിൽ ആണ്ടു പോകുന്ന രാത്രിയുടെ മൂന്നാം യാമത്തിൽ ശില്പിയുടെ ആലയിൽ അതിക്രമിച്ചു കടക്കുക.

പതിവ് ജോലികൾക്കഴിഞ്ഞു ഉറക്കത്തിന്റെ മൂന്നാം യാമത്തിലേയ്ക്ക് പ്രവേശിച്ച ശില്പിയുടെ ആലയിലേയ്ക്ക് അൻപതിനു മുൻപ് ആർത്തവം നിലച്ച ഏലിയാമ്മയും തീണ്ടാരിയായിരിക്കുന്ന വേലക്കാരിയും അതിക്രമിച്ചു കയറി. സ്പടിക തൂണ് പോലൊരു കരിങ്കല്ലല്ലാതെ മറ്റൊന്നും ഏലിയാമ്മ അവിടെ കണ്ടില്ല. വലിയ നോമ്പു തുടങ്ങാൻ ഒരാഴ്ച്ച അവശേഷിക്കുമ്പോഴും കരിങ്കല്ലുമായിരിക്കുന്ന ശില്പിയോട് ഏലിയാമ്മയ്ക്കു അരിശം തോന്നി. വട്ടു കലക്കിയ കള്ളിന്റെ ലഹരിയിൽ ഉറക്കത്തിന്റെ മൂന്നാം യാമത്തിലായിരുന്ന ശില്പിയുടെ നടുവിലേയ്ക്ക് ഇടംകാലിന്റെ പത്തി കേറ്റി ഏലിയാമ്മയൊരു തള്ളു തള്ളി.

തള്ളിന്റെ ആഘാതത്തിൽ ശില്പി അൽപ്പം ദൂരേയ്ക്ക് തെറിച്ചു മാറി. ലാസ് വെഗാസിൽ നിന്നും ഇള്ള കുട്ടിയുടെ ടെലിഫോൺ ശബ്ദം കേട്ടതും ഏലിയാമ്മ വായു വേഗത്തിൽ അകത്തേയ്ക്കോടി.

വിഭൂതി തിരുനാളിന്റെ അന്നു ചേനമുട്ടിൽ അച്ചൻ ശില്പിയെ പള്ളി മേടയിൽ വിളിപ്പിച്ചു അന്ത്യശാസനം നൽകി മുപ്പത്തി അഞ്ചാം നാൾ തിരുസ്വരൂപം പള്ളിയിലെത്തണം അല്ലാത്തപക്ഷം... ശില്പിയെല്ലാം മൂളികേട്ടു ഒന്നും മിണ്ടാതെ പുറത്തേയ്ക്കു പോയി. ഏലിയാമ്മ കുരിശിൽ നിന്നിറക്കിയ കർത്താവിനെ സ്വപ്നം കാണുന്നത് പതിവായി അരിമത്തിയാക്കാരൻ യൗസേപ്പും മഗ്ദലീനാ മറിയവും എന്ന പോലെ ശില്പിയും ഏലിയാമ്മയും കർത്താവിനെ കാത്തിരുന്നു ഉളികൾ കല്ലിൽ പതിക്കു

ന്ന സ്വരം കേട്ട് കൊണ്ടു ഏലിയാമ്മ യെരുശലേം തെരുവീഥികളിലൂടെ സഞ്ചരിച്ചു. ആർക്കും ജോലി ചെയ്യാൻ പാടില്ലാത്ത സാബത്ത് വരും മുൻപ് കർത്താവ് ഏലിയാമ്മയുടെ ഭവനം സന്ദർശിക്കുമെന്ന പ്രതീക്ഷയിൽ ഏലിയാമ്മയും വേലക്കാരിയും കാത്തിരുന്നു.

കുരുത്തോല പെരുന്നാള് കഴിഞ്ഞു വന്ന ഏലിയാമ്മയെ ശില്പി ആലയിലേയ്ക്ക് ക്ഷണിച്ചു. ശീല കൊണ്ട് മൂടിയ കരിങ്കല്ലിൽ മുഖം അമർത്തി ചുംബിച്ചു കൊണ്ട് ശില്പി ഏലിയാമ്മയെ നോക്കി അയാളുടെ താടിയിൽ കൂടിയൊരു പ്രകാശം താഴേയ്ക്ക് ഇറങ്ങി വരുന്നതു പോലെ ഏലിയാമ്മയ്ക്കു തോന്നി. അയാൾ പതിയെ ശിലയെ മൂടിയ ശീല താഴേയ്ക്ക് വലിച്ചു. ഏലിയാമ്മ ഒന്നേ നോക്കിയുള്ളൂ എന്റെ കർത്താവേ എന്റെ ദൈവമേ എന്നാലറിക്കൊണ്ടവൾ പിന്നിലേയ്ക്ക് മറിഞ്ഞു വീണു.

ഉണരുമ്പോൾ ഏലിയാമ്മയ്ക്കു ചുറ്റും ഇള്ളക്കുട്ടി അടക്കം മക്കളെല്ലാവരും ഉണ്ടായിരുന്നു. ഏലിയാമ്മ അവരോടൊന്നും മിണ്ടിയില്ല. വിശുദ്ധ വാര തിരുകർമ്മങ്ങൾ നടക്കുന്നതിനിടയിൽ ഏലിയാമ്മയ്ക്കു പഞ്ച ക്ഷതമുണ്ടായി. കുരിശിൽ കിടന്ന കർത്താവനുഭവിച്ച വേദനയിൽ ഏലിയാമ്മ അലറി കരഞ്ഞു. ക്രൂശിതനായ കർത്താവിനെ ഖബറടക്കാനായി കുരിശിൽ നിന്നും താഴെ ഇറക്കുമ്പോൾ ഏലിയാമ്മ അലറിക്കരഞ്ഞു. നഗരി കാണിക്കൽ തുടങ്ങും മുൻപ് ഇള്ളക്കുട്ടി അമ്മച്ചിയേയും കൊണ്ടു വീട്ടിലേയ്ക്കു പോയി. ആശിച്ചു മോഹിച്ചു തീർത്ത തിരുസ്വരൂപത്തിൽ ഒരു തവണ മാത്രം നോക്കിയാ ഏലിയാമ്മ ഭ്രാന്തിയെപ്പോലെ ഉച്ചത്തിൽ വിളിച്ചു പറഞ്ഞു. എലോയ് എലോയ് ലാമ സബക് ഥാനി എന്റെ ദൈവമേ എന്റെ ദൈവമേ എന്തു കൊണ്ടു നീയെന്നെ ഉപേക്ഷിച്ചു...

കലാപൂർണ്ണ, നവംബർ 2019

അമ്പാലയിലെ യജമാനൻ

ഞാൻ ജിമ്മി, ജിമ്മി എന്നു വെറുതെ പറഞ്ഞു നിർത്താതെ വ്യക്തമായി ഞാനൊന്നു പരിചയപ്പെടുത്താം. ഹരിയാനയുടെ പടിഞ്ഞാറേ അതിരിൽ പഞ്ചാബിനോടു ചേർന്ന അംബാല എന്ന പട്ടണത്തിലാണ് എന്റെ ജനനം. ജനിച്ചത് ഇങ്ങനെ ഒരു പട്ടണത്തിലാണെങ്കിലും എന്റെ വേരുകൾ അങ്ങു സായിപ്പിന്റെ നാട്ടിലാണ് ആരോ വ്യാപാരാർത്ഥം വാങ്ങി കൊണ്ടു വന്നു പ്രജനനം നടത്തി വിറ്റ അനേകായിരം ലാബ്രഡോറിൽ ഒരുവൻ. എന്റെ കഥ പറയുമ്പോൾ കൂടെ പറയേണ്ടൊരു പേരാണ് മേജർ ജനറൽ മുരളീധരൻ നായർ എന്ന നായർ സാർ. നായർ സാർ അമ്പാലയിലെ പ്രശസ്തമായ കെന്നൽ ഷോപ്പിൽ നിന്നും എന്നെ വാങ്ങുമ്പോൾ മൂന്നു മാസം മാത്രമായിരുന്നു എന്റെ പ്രായം. പട്ടാളക്കാരുടെ കൂടെയുള്ള ജീവിതമാണ് ഒരു നായയുടെ ഏറ്റവും ദുഷ്കരമായ ജീവിതമെന്നു കെന്നൽ ഷോപ്പിൽ ഒരേ കൂടിൽ കൂടെ ഉണ്ടായിരുന്ന പഴയ പട്ടാളക്കാരന്റെ നായ മുന്നറിയിപ്പു തന്നപ്പോൾ തെല്ലൊന്നു നടുങ്ങിയാണ് നായർ സാറിനു പിന്നാലെ കയറിയത്.

നായർ സാറിനു ചില നിർബന്ധങ്ങൾ ഉണ്ടായിരുന്നതെന്നതൊഴിച്ചാൽ ജീവിതം പരമസുഖമായിരുന്നു. അതി രാവിലെ ഉണരണം അംബാലയിലെ എല്ലു തണുപ്പിക്കുന്ന പുലർകാലങ്ങളിൽ പ്രഭാത സവാരിക്കിറങ്ങുന്ന നായർ സാറിനു കൂട്ടായി ആറു ഫർലോങ് നടക്കണം. നടത്തത്തിനിടയിൽ അസഹ്യമായ ഒന്നേയുള്ളൂ സാറിന്റെ ഗ്യാസ് പ്രശ്നക്കാരനാണ്. ആരുമില്ലാത്ത വിജനതയിലോ ആർത്തിരമ്പുന്ന ട്രെയിൻ സഞ്ചരിക്കുമ്പോഴോ നായർ സാർ തന്റെ ബോയിലർ കുറ്റി തുറന്നു വിടും ആരും കാണാനില്ലാത്തയിടങ്ങളിൽ പട്ടാളച്ചിട്ട വിടുന്നതായി ഒരേ ഒരു സന്ദർഭത്തിലേ നായർ സാറിനെ താൻ കണ്ടിട്ടുള്ളൂ അതീ അമിതമായി ഉല്പാദിപ്പിക്കപ്പെടുന്ന അധോ വായു ബഹിർഗമിപ്പിക്കുന്ന വിഷയത്തിലാണ്.

ഒൻപതു കൊല്ലത്തെ അമ്പാല ജീവിതം മതിയാക്കുമ്പോൾ ഞാൻ ആ കുടുംബത്തിലെ ഒരംഗത്തെപ്പോലെ ആയിരുന്നു. നായർ സാറിനു മാത്രമല്ല മിനിചേച്ചിക്കും ജിമ്മി എന്ന ഞാൻ ജീവനായിരുന്നു. കുട്ടികളു

ണ്ടാകാത്ത ദമ്പതികൾക്കു മകനെപ്പോലെ തന്നെ ആയിരുന്നു ഞാൻ. എന്നിട്ടും അടുത്ത സ്ഥലത്തേയ്ക്ക് പോകുമ്പോൾ എന്നെ കൂടെ കൂട്ടാൻ അവർ തയ്യാറാകാതിരുന്നത് എന്താണെന്ന് ഒരു പാടു തവണ ആലോചിച്ചിട്ടും എനിക്കു പിടികിട്ടിയില്ല. എന്തെങ്കിലും കാരണം ഉണ്ടാവണം അല്ലെങ്കിൽ ആർക്കെങ്കിലും വിൽക്കുകപോലും ചെയ്യാതെ എന്നെ എന്റെ സ്വാതന്ത്ര്യത്തിനു വിടാൻ നായർ സാറിനെ പ്രേരിപ്പിച്ച ഘടകം എന്തായിരുന്നിരിക്കണം.

പട്ടാള ചിട്ടയിൽ ജീവിച്ച എനിക്ക് അമ്പലായിലെ തെരുവോരങ്ങൾ മടുത്തിരിക്കുന്നു അല്ലെങ്കിലും തെരുവിലെ ചാവാലി പട്ടികളുടെ ഇടയിൽ ജീവയ്ക്കാനായി ജനിച്ചവരല്ല ഞങ്ങൾ ലാബ്രഡോർ ഇനത്തിൽ പെട്ട നായകൾ. അമ്പാലയിലെ തെരുവിൽ അലഞ്ഞു നടന്ന ചില ചാവാലി പട്ടികൾക്ക് ഉന്നത കുലത്തിൽ പെട്ട കുട്ടികളെ പെറാൻ തന്റെ ഈ തെരുവാസം സഹായിച്ചിരിക്കുന്നു. ഇവിടങ്ങളിലുള്ള ആർക്കും തന്നെ തന്റെ മേന്മയോ കുലമഹിമയോ ഒന്നും അറിയില്ല എന്നു തോന്നുന്നു അല്ലെങ്കിൽ ഈ തെരുവിൽ ഇങ്ങനെ അലഞ്ഞു തിരിഞ്ഞു നടക്കേണ്ടി വരുമായിരുന്നില്ല. ജിമ്മീ എന്നൊരു വിളിക്കായി എത്ര നാളായി ഞാൻ കാത്തിരിക്കുന്നു

അമ്പാലയിലെ ചവറു കൂനയിലേയ്ക്ക് വലിച്ചെറിയാൻ മാത്രം എന്തപരാധമാണ് ഞാൻ ചെയ്തത്. കഴിഞ്ഞ ഒൻപതു കൊല്ലം ഒരു നിഴലു പോലെ അദ്ദേഹത്തിന്റെ പിൻപേ നടന്നതോ. പാലിന്റേയോ ബിസ്കറ്റിന്റേയോ ഗന്ധം അറിഞ്ഞിട്ടു തന്നെ നാളുകൾ കഴിഞ്ഞിരിക്കുന്നു. വൃത്തികെട്ട മനുഷ്യർ വലിച്ചെറിയുന്ന ദുർഗന്ധം വമിക്കുന്ന മാലിന്യകൂമ്പാരങ്ങളിൽ എത്ര നാളായി തല കുമ്പിട്ടു ജീവിക്കുന്നു. നായർ സാർ പോകുന്നതിനു മുൻപ് ആർക്കെങ്കിലും എന്നെ വിറ്റിട്ടു പോകാമായിരുന്നു അങ്ങനെ ആയിരുന്നെങ്കിൽ വേറെ എവിടെയെങ്കിലും ഉണ്ടുറങ്ങി കഴിയേണ്ടവനായിരുന്നു താൻ. പട്ടാള ക്യാംപിലേക്കുള്ള വഴി മദ്ധ്യേ ഉരുണ്ടു കയറുന്ന ബാരക്കുകളിലേയ്ക്കു നോക്കിയിരിക്കുമ്പോൾ ഒരു പ്രത്യേക സുഖമാണ്. നായർ സാറുമൊന്നിച്ചു എത്ര തവണയാണ് ആ വാഹനത്തിൽ കറങ്ങിയിട്ടുള്ളത്.

മിനി ചേച്ചിക്കെന്തോ അസുഖം ഉണ്ടായിരുന്നിരിക്കണം അതാവാം നായർ സാർ വളരെ വേഗം അംബാലയിലെ പട്ടാള ജീവിതം മതിയാക്കി പോയത് അല്ലെങ്കിൽനായർ സാറിന്, ഞങ്ങൾ നായകൾക്കു വേണ്ടതിലധികം ഘ്രാണ ശക്തി ഉണ്ടെന്നു പറയുന്നതൊക്കെ വെറുതെയാണ് അല്ലെങ്കിൽ അവർ പോകുന്നതിനു മുൻപെങ്കിലും കാരണം എന്താണെന്നു താൻ അറിയുമായിരുന്നു. അമ്പാല വർഷകാലത്തിന്റെ പിടിയിലമർന്നിരിക്കുന്നു. തോടും പുഴകളും റോഡും ഒക്കെ ഒന്നായി ഒഴ

കുന്ന സ്വയമ്പൻ വർഷം കാലം. കഴിഞ്ഞ ഒൻപതു വർഷകാലങ്ങൾ സുഖമായി നെരിപ്പോടിനടിയിൽ ഉറങ്ങിയതൊക്കെയിന്നു വെറും ഓർമ്മകൾ മാത്രമാണ്. വെള്ളം സർവത്ര വെള്ളം അടുത്തു കണ്ട കെട്ടിടത്തിന്റെ ടെറസിലെ ചായ്പ്പിനുള്ളിലേയ്ക്ക് ചാടി കയറി.

ശ്വാന നിദ്ര എളുപ്പം മുറിപ്പെടുന്നതാണെന്ന ധാരണ തെറ്റിദ്ധാരണയാണ്, സമയാ സമയം ഭക്ഷണം കഴിച്ചുറങ്ങുന്ന മടിയൻ നായകൾക്കൊരു പക്ഷെ ഉറക്കം ഉണ്ടാവില്ല. അന്നന്നേപ്പത്തിനായി പകലന്തിയോളം അലഞ്ഞു നടക്കുന്ന സാധാരണ നായകൾക്ക് ഒരു തണലു കാണേണ്ട താമസമേയുള്ളൂ താനും ഇപ്പോൾ അവരുടെ യാതനകൾ അറിയുന്ന ഒരാളായിരുന്നു. തകരപ്പാട്ട തുളയ്ക്കുമെന്നു തോന്നിപ്പിക്കും വിധം മഴ തുമ്പികൈ വണ്ണത്തിൽ പെയ്തിറങ്ങുന്നു. ഈ രാത്രി കൊണ്ടു തന്നെ നഗരം വെള്ളത്തിനടിയിലാകും എന്നു തോന്നിപ്പിക്കുമാറ് വെള്ളം ആർത്തലച്ചു ഇരമ്പുകയാണ്.

ജിമ്മീ ജിമ്മീ... നായർ സാറിന്റെ സ്വരം. ഉറക്കത്തിൽ നിന്നും ഞെട്ടിയുണർന്നു വാലുകൾ വിനീത വിധേയന്റേതുപോലെ മോളോട്ടും കീഴ്പോട്ടും ചലിപ്പിച്ചു ഞാൻ നിന്ന നിൽപ്പിൽ നാലു വട്ടം കറങ്ങി. ഇല്ല അവിടെയെവിടെയും ആരുടേയും നിഴലനക്കം പോലും കാണുന്നില്ല. ജിമ്മീ ജിമ്മീ... ഇപ്പോൾ വ്യക്തമായി കേൾക്കാം നായർ സാറിന്റെ സ്വരം തന്നെയാണിത്. താഴെ പൊന്തി കയറുന്ന മഴ വെള്ള പാച്ചിലിനു നടുവിൽ ട്രാക്ക് സ്യൂട്ടുമിട്ടു ക്യാപ്റ്റൻ മുരളീധരൻ നായർ ഞാൻ ഒരു ആത്മാവിനെ കണ്ടത് പോലെ ഉച്ചത്തിൽ ഓലിയിട്ടു കരഞ്ഞു. ഒരു പാടു വിശേഷങ്ങൾ കേൾക്കാനും പറയാനുമുണ്ട് മൂന്നു ചാട്ടം ടെറസ്സും മതിലും കടന്നു ഒഴുകുന്ന വെള്ളത്തിനുള്ളിലേയ്ക്ക് നാലു കാലുകളും മുന്നി ഇറങ്ങി. നായർ സാർ മുന്നേയും ജിമ്മി എന്ന ഞാൻ പിന്നെയുമുണ്ട്, മലവെള്ളപാച്ചിലിൽ എന്റെ കാലുകളുടെ ശക്തി അസ്തമിക്കുമെന്നു തോന്നിക്കുമ്പോഴും കരുത്തു പകർന്നു കൊണ്ടു നായർ സാർ ഉറക്കെ വിളിച്ചു പറഞ്ഞു

കമ്മോൺ ജിമ്മി കമ്മോൺ !!!

വെള്ളം അതിർത്തികളില്ലാത്ത ഏതോ നഗരത്തിലേയ്ക്ക് ഒഴുകുകയാണ് എനിക്കു തെല്ലും ഭയമില്ല കാരണം എനിക്കു മുൻപേ എന്റെ യജമാനനുണ്ട്...

പ്രവാസി ശബ്ദം, 2019 ഫെബ്രുവരി

മുടി മുറിച്ച പവിത്രൻ

ആലിൻ ചുവട്ടിലെ ഗണപതി ഇതും കൂട്ടിമുപ്പത്തി മൂന്നാമത്തെ തേങ്ങയാണ് ചിരിച്ചു കൊണ്ടു വാങ്ങിയിരിക്കുന്നത്, ഇതിനെങ്കിലും തന്റെ ആഗ്രഹം പോലത്തെ സാധനം ഉണ്ടാവണെ എന്നു വെള്ള പവിത്രൻ ഉള്ളുരുകി പ്രാർത്ഥിച്ചു. പവിത്രൻ അത്ര വെളുത്തിട്ടല്ലങ്കിലും നാട്ടുകാർ പവിത്രനെ വെള്ള പവിത്രനെന്നാണ് വിളിക്കുന്നത് കാരണം അമ്പനാകുളങ്ങരയിൽ അറിയപ്പെടുന്ന രണ്ടു പവിത്രന്മാരിൽ ഒരാൾ നന്നേ കറുത്തിട്ടാണ്, അതു കൊണ്ടു മാത്രമാണ് ഇരു നിറക്കാരനായ പവിത്രൻ നാട്ടുകാർക്കിടയിൽ വെള്ളപവിത്രനായത്. ചുമ്മാതെയെങ്കിലും ആ വിളി കേൾക്കാൻ അയാൾക്കും വലിയ കൊതിയായിരുന്നു വെള്ള ചേർക്കാതെയുള്ള പവിത്രൻ വിളികളെ ആയാൾ നിർദാക്ഷിണ്യം അവഗണിച്ചു കടന്നു പോയിരുന്നു എന്നതു തന്നെയാണ് ആ വിളിയിൽ അയാൾ മയങ്ങിയിരുന്നു എന്നതിന്റെ പ്രകടമായ ഉദാഹരണം.

വിഘ്നേശ്വരൻ കനിഞ്ഞാൽ ഇത്തവണ ഇതു നടക്കും ! എല്ലാത്തവണയും ഓർമ്മിപ്പിക്കുന്നതുപോലെ ബ്രോക്കർ കുഞ്ഞാപ്പി വെള്ളപവിത്രനെ ധൈര്യപ്പെടുത്തി. മൂക്കിൽ പല്ലു വരുന്നതിനു മുൻപു കൊച്ചുമക്കൾ ഉണ്ടാകണം എന്ന മുത്തശ്ശിയുടെ ആഗ്രഹം നടക്കുമെന്നു വെള്ളപവിത്രനു തോന്നുന്നില്ല കാരണം അടുത്ത ചിങ്ങത്തിൽ മുപ്പത്തി അഞ്ചിലേയ്ക്കു നടയിറങ്ങുകയാണ്. ഒരേ ഒരു ഡിമാൻഡേ പവിത്രനുള്ളു, ആ ഡിമാൻഡിൽ നിന്നും കടുകിട ചലിക്കാൻ അയാൾ തയ്യാറുമല്ല. ആ ഡിമാൻഡാണ് വെള്ള പവിത്രന്റെ സകല ആലോചനകളും മുടക്കുന്നതെന്നാണ് മൂന്നാൻ കുഞ്ഞാപ്പിയുടെ പ്രധാന പരാതി. തണ്ടും തടിയും തലയും മുലയും സൗന്ദര്യവുമുള്ള അനേകം പെൺകുട്ടികളെ മുൻപു കണ്ടെങ്കിലും വെള്ള പവിത്രന്റെ ആക്കാര്യത്തിലുള്ള കടുംപിടുത്തം ഒന്നുകൊണ്ടു മാത്രം മുടങ്ങിപ്പോയ വിവാഹ ആലോചനകൾ പലതാണ്.

ഇക്കുറി നടക്കും ഞാൻ കണ്ടതല്ലേ പെണ്ണിനെ ! കുഞ്ഞാപ്പി ധൈര്യം പകർന്നു മുന്നേ നടന്നു. ചായയും ലഡ്ഡുവും ജിലേബിയുമൊന്നും വെള്ളപവിത്രൻ ഇപ്പോൾ എവിടെ പെണ്ണു കാണാൻ പോയാലും കഴിക്കാറിയില്ലേ. തന്റെ നിബന്ധനകൾ ഒത്തുവരുന്ന പെണ്ണിനെ എന്നു

കാണുന്നുവോ അന്നേ അവർ നീട്ടുന്ന കപ്പിൽ മുത്തമിട്ടു എന്ന ബൈബലോയിലില്ലാത്ത നിബന്ധന വെള്ളപവിത്രൻ ആരോടും പറയാതെ മനസ്സിൽ കുറിച്ചിട്ടിരുന്നു. പെണ്ണിന്റപ്പൻ സംസാരിച്ച കാട്ടുകയറ്റമെന്നു തോന്നിയപ്പോൾ പവിത്രൻ മൂന്നാനെ അമർത്തി തോണ്ടി. എല്ലാ വീട്ടിലും ചെല്ലുമ്പോൾ കിട്ടുന്ന സാധാ കാപ്പിയോ ചായയോ ആയിരുന്നില്ല അന്നു താലത്തിൽ അവർക്കു മുന്നിലേയ്ക്ക് പെൺകുട്ടി കൊണ്ടു വന്നത് പിന്നയോ കുടുംബ ക്ഷേത്രത്തിൽ ഉണ്ണിക്കണ്ണനു നേദിച്ച പാലട പ്രഥമനായിരുന്നു.

വെള്ളപവിത്രൻ ആദ്യമായി തന്റെ നിബന്ധനകൾക്കൊത്ത ഒരു പെൺകുട്ടിയെ കണ്ടെത്തിയിരിക്കുന്നു. തിരിഞ്ഞും മറിഞ്ഞും നോക്കിയും സ്വന്തം ശരീരത്തിൽ പിടിച്ചും നുള്ളിയുമൊക്കെ അയാൾ സ്വയം വിശ്വസിക്കാൻ ശ്രമിച്ചു. അയാൾ പെണ്ണിന്റെ മുഖത്തേയ്ക്കു നോക്കിയില്ല അഴിച്ചിട്ട മുടികൾ നീണ്ടു നിവർന്നിങ്ങനെ നിതംബം കടന്നു താഴേയ്ക്ക് ഇടതൂർന്നു കിടക്കുന്നതു കണ്ടയാൾക്കു ഉൾപുളകമുണ്ടായി. ഒരു സ്വപ്നം തന്റെ മുന്നിൽ പൂവണിയുന്നതിന്റെ സന്തോഷത്തിൽ കൈയ്യിലിരുന്ന പാലട പ്രഥമന്റെ കാലിയായ ഗ്ലാസിൽ രണ്ടു വിരലുകളും കടത്തി ഒരുവട്ടം ചുഴറ്റി നാവിലേക്കിറ്റിച്ചു.

വെള്ളപവിത്രൻ വിവാഹിതനാകുന്നു, കുണ്ടിക്കും കീഴെ മുടിയുള്ള പെങ്കൊച്ചിനെ തേടിപ്പിടിച്ചു ആഗ്രഹ പൂർത്തീകരണം നടത്തിയ വെള്ളപവിത്രൻ അലക്സാണ്ടറിനെയും നെപ്പോളിയനെയും പോലെ വിൽ പവറുള്ള അമ്പനാകുളങ്ങരക്കാരൻ എന്ന പുതിയ ഇടത്തിലേയ്ക്കു കുടിയിരുത്തപ്പെട്ടു കഴിഞ്ഞിരിക്കുന്നു. അമ്പനാകുളങ്ങരയുടെ ചരിത്രത്തിൽ ആദ്യമായി മുതുകിനു കീഴ്പ്പോട്ടു നീണ്ട മുടിയുള്ള ഒരുവൾ മരുമകളായി അല്ല മകളായി വരുന്നു. വിഘ്നങ്ങൾ അകറ്റി സകല ഐശ്യര്യവും പ്രധാനം ചെയ്യുന്ന ഒന്നര കൊമ്പൻ തന്റെ ജീവിതത്തിലും പ്രസാദിച്ചു കഴിഞ്ഞിരിക്കുന്നു എന്നു വെള്ള പവിത്രനു തോന്നി.

മുല്ലപൂവിതറിയ കിടക്കയിലേയ്ക്കു പുതു മണവാട്ടിയെ കൈപിടിച്ചിരുത്തും മുൻപ് പവിത്രൻ ആ മൂർദ്ധാവിൽ നിന്നും തന്റെ വിരലുകളെ കീഴ്പോട്ടു തടകി കണങ്കാലിനു കീഴെ വരെ അഴിഞ്ഞുലയുന്ന കേശഭാരത്തിലൂടെ പത്തു വിരലുകളും കടത്തി. കാച്ചെണ്ണയുടെ വാസനയിൽ അയാൾ വേറെ ഏതോ ലോകത്തിലൂടെ കടന്നു പോയി. വെള്ള പവിത്രന്റെ പുതുമണവാട്ടിയും അവളുടെ കണങ്കാൽ മുട്ടുന്ന മുടിയും അമ്പനാകുളങ്ങരയിലെ വീടു വീടാന്തരം പെണ്ണുങ്ങളുടെയും ആണുങ്ങളുടെയും സംസാരവിഷയമായി.

വെള്ളപവിത്രനും പെണ്ണും പോണ വഴിയിലെല്ലാം പൂരം കാണാൻ കൂടിയവരെപ്പോലെ ജനം തടിച്ചു കൂടി കഴുത്തിനു കീഴെ മുടിയില്ലാത്ത

അമ്പനാകുളങ്ങരയിലെ പെണ്ണുങ്ങളിൽ ചിലർ ഇതു തിരിപ്പനാണെന്നു തറപ്പിച്ചു പറഞ്ഞു. കുണ്ടിക്കും കീഴെ മുടിയുള്ള പെണ്ണുങ്ങൾ ഭർത്താവിനെ

അനുസരിക്കാത്തവരായിരിക്കുമെന്നു തൊണ്ണൂറു വയസ്സുള്ള പാക്കള്ളിയിലെ സുമതി വലിയമ്മ പറഞ്ഞപ്പോൾ അല്ലേലും വെള്ള പവിത്രൻ ഒരു പെണ്കുസാനും മണ കൊണാഞ്ചനാണെന്നു ഏറ്റു പറയാൻ അമ്പനാകുളങ്ങര മുഴുവൻ ആളുണ്ടായി. മുടി, മുടി, മുടി എവിടെ തിരിഞ്ഞാലും തന്റെ നല്ല പാതിയുടെ മുടിയുടെ കൊണവതിയാരം കേട്ടു വെള്ള പവിത്രനു മെല്ലെ മെല്ലെ കലി കയറിത്തുടങ്ങി.

ചമ്പാവരിയുടെ പുട്ടു നേന്ത്രപ്പഴം കുട്ടി ഞെരിച്ചു പിടിച്ചു വായിലേയ്ക്കിട്ട വെള്ള പവിത്രൻ കുടലു പറിയുന്ന രീതിയിൽ പുറത്തേയ്ക്കു ശർദിച്ചു. പുട്ടിനിടയിലിട്ട തേങ്ങായുടെ നാരാകും ഉള്ളിലെന്നു കരുതി തള്ള വിരൽ കുറിനാക്കിലേയ്ക്ക് തള്ളി കയറ്റി പുറത്തേയ്ക്കു വലിച്ചു. ശ്രീമതിയുടെ നീണ്ടു ചുരുണ്ട മുടിയാണ് ഉള്ളിൽ ഉടക്കിയതെന്ന തിരിച്ചറിവ് വെള്ള പവിത്രനെ കോപാകുലനാക്കി. താൻ എന്തിനു വേണ്ടിയാണോ ജീവിതകാലം മുഴുവൻ തപസിരുന്നത് അതാണിപ്പോൾ ഡെമോക്ലീസിന്റെ വാളു പോലെ തന്റെ തലയ്ക്കു മുകളിൽ തൂങ്ങിയാടുന്നതെന്ന സത്യം വെള്ള പവിത്രൻ തിരിച്ചറിഞ്ഞിരിക്കുന്നു.

അമ്പനാകുളങ്ങരക്കാരെപ്പോലെ ചെറിയ മുടിയാണ് പല കാര്യങ്ങൾക്കും നല്ലതെന്ന തിരിച്ചറിവു വന്ന ദിവസം ശ്രീമതിയുടെ കുണ്ടിക്കു കീഴെ കണങ്കാൽ വരെ നീണ്ട മുടികളെ ആലിൻ ചുവട്ടിലെ ഗണപതിക്കു വെള്ളപവിത്രൻ നേർച്ചയായി നേർന്നു.

അമ്പനാകുളങ്ങരയിലെ സ്ത്രീജനങ്ങൾ കണ്ണുനീരും കൈയ്യുമായി കൂടി നിൽക്കുമ്പോൾ ചന്ദനം പുകച്ച ഈറൻ മുടി തോളൊപ്പം ചേർത്തു പിടിച്ചു വെള്ളപവിത്രൻ ആഞ്ഞു മുറിച്ചു. കർ കർ എന്ന ശബ്ദത്തോടെ കത്രിക പ്രതിഷേധ സ്വരം ഉണ്ടാകുമ്പോഴും വെള്ള പവിത്രൻ മുറിച്ചു കൊണ്ടേയിരുന്നു. അന്നു ആലിൻ ചുവട്ടിലെ ഗണപതി ആവോളം പാലുകുടിച്ചു, അമ്പനാകുളങ്ങരയിലെ അബാല വൃദ്ധം സ്ത്രീ ജനങ്ങളും നന്നായി ഉറങ്ങി. ചില പുരുഷ കേസരികൾ കണ്ണു നീർ വാർത്തു കരഞ്ഞു ഇതൊന്നിലും പെടാതെ ശീലാവതിയെപ്പോലെ വെള്ള പവിത്രന്റെ ഭാര്യ തല കുമ്പിട്ടു വീട്ടിലേയ്ക്കു നടന്നു പോയി. വെള്ള പവിത്രൻ അമ്പനാ കുളങ്ങരയിൽ ഇപ്പോൾ അറിയപ്പെടുന്നത് മുടി മുറിച്ച പവിത്രൻ എന്നാണ്...

കലാപൂർണ്ണ, ജൂലൈ 2018

ബാൻജ് (മച്ചി)

മേത്താജി വന്നതും എന്നെ നോക്കി കണ്ണിറുക്കി എന്തോ പറയാനുണ്ടെന്നു ധ്വനിപ്പിച്ചു പടികയറി മുകളിലേയ്ക്കു പോയി. മേത്താജിയോടു സംസാരിക്കുന്നതു സുഖകരമായ ഒരു അനുഭവമാണ് ഒരു മസാല പടം കാണുന്ന രസക്കൂട്ടിൽ വാക്കുകളെ സമാസമം മിശ്രണം ചെയ്തു കേൾവിക്കാരനെ കീഴ്പ്പെടുത്താൻ ഒരു പ്രത്യേക കഴിവു തന്നെ മേത്താജിക്കുണ്ട്. കഴിഞ്ഞ ആറുകൊല്ലമായി ഞാൻ താമസിക്കുന്ന വലിയ വില്ലയുടെ ഒരു ഭാഗത്തു മേത്തജിയും ഭാര്യ ആരുണിയുമാണ് താമസിക്കുന്നത്. നഗരത്തിൽ ഒരു കൊച്ചു മിട്ടായിക്കട നടത്തുകയാണ് കേതൻ ഹരിലാൽ മേത്തയെന്ന മധ്യവയസ്കൻ മുബൈവാല. മിട്ടായിക്കടയിലേയ്ക്ക് വേണ്ട മിട്ടായികളിൽ പകുതിയും മേത്താജിയുടെ ഭാര്യ ആരുണിയാണ് തയ്യാറാക്കുന്നത്. മേത്താജിയുടെ കെട്ട്യോളെ അങ്ങനെയിങ്ങനെയൊന്നും പുറത്തു കാണാറില്ല ആഴ്ചയിൽ ഒന്നോ രണ്ടോ തവണ തുണി ഉണക്കാൻ മുകൾ നിലയിലേയ്ക്കു കയറി പോകുമ്പോൾ കണ്ടാൽ ഒരു പരിചയ ചിരി ചിരിച്ചാലായി. എപ്പോഴും ഏതോ സ്വപ്ന ലോകത്താണ് അവരെന്നു എനിക്കു പലപ്പോഴും തോന്നിയിട്ടുണ്ട് മധുര പലഹാരങ്ങളുണ്ടാക്കുന്ന ആരുണി മധുരമായി ഉറക്കെ പാടുന്നത് എനിക്കെന്റെ മുറിയിലിരുന്നാൽ വ്യക്തമായി കേൾക്കാമായിരുന്നു. റെസിഡന്റ് അസോസിയേഷൻ വാർഷികത്തിനു മേത്താജിയുടെ ബീവിയുടെ ഒരു മറാത്തി പാട്ടും വേണമെന്നു ഞാൻ നിർബന്ധിച്ചപ്പോൾ മേത്താജി പാൻ ചവച്ചു ചുവന്ന മോണ കാട്ടി അങ്കുശമില്ലാതെ ചിരിച്ചു. ഇരുപത്തി ഒന്നു കൊല്ലമായി തന്റെ കൂടെ പൊറുക്കാൻ തുടങ്ങിയിട്ടെങ്കിലും ഇതുവരെ തന്നെപോലും ശരിക്കൊന്നും കാണിക്കാത്ത നാണക്കാരിയാണ് പാടാൻ പറയുന്നതെന്ന പരിഹാസ ചിരിയോടെ മിട്ടായി സഞ്ചിയുമായി ആയാൾ വെളിയിലേയ്ക്കു നടന്നു. ആൾ നിഴൽ വെട്ടത്തു നിന്നും പോലും ഒതുങ്ങി ജീവിക്കുന്ന ഉത്തമയായ വീട്ടമ്മയാണ് ആരുണിയെന്നതായിരുന്നു മേത്താജിയുടെ ബലവും ബലഹീനതയും.

അരെ അലക്സ് പുതിയ താമസക്കാർ വരുന്നു ? മേത്താജി അതു പറഞ്ഞതും അർത്ഥം വെച്ചു എന്നെ നോക്കി ചിരിച്ചു. മേത്താജിക്കും

എനിക്കും അപ്പുറം രണ്ടു മുറിയുള്ള ഭാഗം ഒഴിഞ്ഞു കിടക്കാൻ തുടങ്ങിയിട്ടു കൊല്ലം രണ്ടായി. മുമ്പവിടെയൊരു ഗോവക്കാരനായിരുന്ന താമസം മേത്താജിയും അയാളും ചേർന്നാൽ തമാശയുടെ മാലപ്പടക്കത്തിനു തീ കൊളുത്തിയ പ്രതീതിയായിരുന്നു. ദേശി ദാരുവുമായി ഞങ്ങൾ മൂന്നു പേരുമിരുന്നാൽ പിന്നെ ആരുണിയുടെ പാട്ടു ഉച്ചത്തിൽ ആകും വരെ യത്തു തുടരും. മേത്താജിക്കുള്ള ഫൈനൽ കോളാണ് ആരുണിയുടെ മറാത്തി പാട്ടിന്റെ അവരോഹണത്തിന്റെ അടയാളം. ഡിസൂസ ഗോവയിൽ പോയി പിന്നെ മടങ്ങി വന്നില്ല ആറേഴ മാസം കഴിഞ്ഞാണ് പനാജിയിലുണ്ടായ അപകടത്തിൽ അയാൾ മരിച്ച വിവരം പറഞ്ഞൊരാൾ റൂമിൽ വന്നയാളുടെ സാധനങ്ങളുമായി ഗോവയ്ക്കു പോയത്. ഡിസൂസ മരിച്ചതറിഞ്ഞതിൽ പിന്നെ മേത്താജി ദേശി ദാരു കുടിച്ചില്ല ഞാൻ പല തവണ നിർബന്ധിച്ചിട്ടും ആരുണിക്കു നൽകിയ വാക്കു പാലിക്കാൻ അയാൾ കുടിച്ചതേയില്ല.

നയാ പരിവാർ മേം ഏക് മാൽ ഹൈ !

പുതുതായി താമസിക്കാൻ വരുന്ന കുടുംബത്തിൽ കല്യാണം കഴിക്കാത്ത ഒരു സുന്ദരിക്കുട്ടി ഉണ്ടെന്നതിനാലാണ് മേത്താജി എന്നെ നോക്കി അർഥം വെച്ച് ചിരിച്ചത്. അപ്പനും രണ്ടു പെണ്മക്കളുമടങ്ങുന്ന മറാത്തി കുടുംബത്തിൽ മൂത്ത മകളെ കല്യാണം കഴിപ്പിക്കാനായി ഉണ്ടായിരുന്ന വീട് വിറ്റിട്ടാണ് ഇങ്ങനെയൊരു വാടക വീട്ടിലേയ്ക്കു അവരുടെ പറിച്ചു നടത്തം ഉണ്ടായിരിക്കുന്നത്. ഞാൻ അവിവാഹിതനായി തുടരുന്നതിൽ പരിഭവിക്കുന്ന ഭൂമുഖത്തുള്ള ഒരേ ഒരാൾ മേത്തജിയാണെന്നു എനിക്കറിയാം. ഞാനുമായുള്ള അയാളുടെ സംഭാഷണ മധ്യത്തിലെവിടെയെങ്കിലും കുടുംബം ഉണ്ടാകേണ്ടതിന്റെ ആവശ്യകതയെക്കുറിച്ചയാൾ വാചാലനാകും. നാട്ടിൽ അമ്മച്ചിയും മരിച്ചതിനു ശേഷം അങ്ങനെ ഒരു ചിന്ത ഞാൻ ഉപേക്ഷിച്ചിരിക്കുകയാണ്. ഏകനായി ജീവിക്കാൻ തന്നെ ബുദ്ധിമുട്ടുമ്പോൾ ഒരു ജീവനെക്കൂടി വലയ്ക്കാനുള്ള വൈമനസ്യമാണതിന്റെ പിന്നിലെന്നു മേത്തജിയോടു പല തവണ ഞാൻ പറഞ്ഞിട്ടുമുള്ളതാണ്.

അറുപതു കഴിഞ്ഞ ചൗധരിയെന്നു വിളിക്കുന്ന ലക്ഷ്മികാന്ത് ചൗധരിയും മധ്യ വയസ്കയെങ്കിലും ആകർഷകമായ മുഖമുള്ള റീമ ചൗധരിയും ഇരുപതു കഴിഞ്ഞ മകൾ തൻവി ചൗധരിയും ഞങ്ങൾ മൂന്നായി പകുത്ത വലിയ വീടിന്റെ ഒരു കോണിന്റെ അവകാശിയായി താമസം ആരംഭിച്ചിരിക്കുന്നു. എല്ലാവർക്കും തിരക്കാണ് ആർക്കും ആരോടും മിണ്ടാനും പറയാനും വിശേഷം തിരക്കാനും സമയമില്ല. തൻവി നഗരത്തിലെവിടെയോ ചെറിയ സ്ഥാപനത്തിലെ ജോലിക്കാരിയാണ് സോഡാക്കുപ്പി ചില്ലുള്ള കണ്ണടയണിഞ്ഞ ചൗധരി രാവിലെ എഴുന്നേ

റ്റ എങ്ങോട്ടോ പോകുന്നതു കാണാം ഗ്രാമത്തിലെവിടെയോ കടുക് തോട്ടം സൂക്ഷിപ്പുകാരന്റെ ജോലി അയാൾക്കുണ്ടെന്നു മേത്താജി പറയുന്നു. രണ്ടോ മൂന്നോ ഒരാഴ്ച വരെയൊക്കെ അയാൾ അവിടെയായിരിക്കും. ആൾക്കൂട്ടത്തിനിടയിൽ ഏകനായി ജീവിതം എന്നെയും ഒഴുക്കികൊണ്ടു പോകുകയാണ്. മേത്താജി പറഞ്ഞ മാൽ താമസം തുടങ്ങിയിട്ടു മാസം മൂന്നായിട്ടും എന്നെ ഒന്നു ശരിക്കും നോക്കിയിട്ടു പോലുമില്ല, അല്ലെങ്കിലും ഈ നഗരത്തിൽ ജീവിക്കുന്ന പെണ്ണുങ്ങൾക്കു സ്വയം ആളുകളെ കണ്ടെത്താൻ അറിയാം. ജനിക്കുമ്പോഴും വളരുമ്പോഴും അവരുടെ ചുറ്റുപാടിൽ നിന്നും മഹാ നഗരത്തെ പ്രതിരോധിക്കാനുള്ള ഊർജ്ജവും അവർ സ്വയാത്തമാക്കും.

പതിവില്ലാത്ത വിധം ബഹളം കേട്ടാണ് ഞാനുണരുന്നത്. പുറത്തു രണ്ടു സ്ത്രീകൾ തമ്മിൽ കടിച്ചു കീറാൻ നിൽക്കുന്നത് പോലെ ഭയങ്കര ലഹള. മേത്താജിയുടെ ശ്രീമതി ആരുണിയും പുതുതായി താമസത്തിനു വന്ന ചൗധരിയുടെ ഭാര്യയും തമ്മിലാണ് വാക്കേറ്റം. ഹിന്ദി കലർന്ന മറാത്തിയിൽ വാക്കുകളുടെ വയറിളക്കം ഇരുഭാഗത്തു നിന്നും ഉയരുന്നതു കേൾക്കാം. കാരണമെന്തെന്നോ എന്താണിവർ സംസാരിക്കുന്നതെന്നോ പിടികിട്ടാതെ ജനാലയിലൂടെ പുറത്തേയ്ക്കു ചെവി കൂർപ്പിച്ചു ഞാനിരുന്നു. മിസിസ് മേത്തജിക്കിത്രയും നാവുണ്ടെന്നു കഴിഞ്ഞ ആറു കൊല്ലത്തിനിടയിൽ ഇപ്പോഴാണ് ഞാൻ അറിയുന്നത്. മുൻപൊരിക്കലും മധുരമായ സംഗീതം പൊഴിക്കുന്നതല്ലാതെ ഞാനീ സ്വരം ഇത്ര ഉയർന്ന താളത്തിൽ കേട്ടിട്ടില്ല. എനിക്കു സങ്കല്പിക്കാവുന്നതിലും വലിയ ഉച്ചത്തിലാണിപ്പോൾ വഴക്കു തുടരുന്നത്. ചൗധരിയുടെ ഭാര്യ തൊടുക്കുന്ന ഓരോ അസ്ത്രത്തിനും തുല്യവും വിപരീതവുമായ വാക്ക്ശരങ്ങൾ ആരുണിയുടെ ആവനാഴിയിൽ നിന്നും പായുന്നു. പോർട്ടിക്കോവിൽ തുണി ഉണങ്ങാനിടുന്നതിനെക്കുറിച്ചു തുടങ്ങിയ അഭിപ്രായവ്യത്യാസമാണ്. ഭ്രൂണ ശിശുവിനെ കൊല്ലാൻ കഴിയുന്ന ഡെസിബെല്ലിലുള്ള വാക് ലഹളയായി പരിണമിച്ചിരിക്കുന്നത്.

യുദ്ധത്തിനൊരു നീതിയുണ്ട്, രണ്ടു പേർ തമ്മിലടിക്കുമ്പോൾ മൂന്നാമതൊരാൾ ഒളിയുദ്ധം നടത്തിക്കൂടാ മേത്താജിയും ചൗധരിയും മകളും പക്ഷമുണ്ടെങ്കിലും പക്ഷം പിടിക്കാതെ എല്ലാം കണ്ടു കൊണ്ടു നിൽക്കുകയാണ്. ധർമ്മയുദ്ധത്തിൽ ഒരിക്കലും പ്രയോഗിക്കരുതാത്തൊരു പാശുപതാസ്ത്രം ആരുണിയുടെ നേരെ വന്നതും അതിനെ പ്രതിരോധിക്കാൻ കെൽപ്പില്ലാത്തവളെപ്പോലെ അവർ വീടിനുള്ളിൽ കയറി വാതിലടച്ചു. വാതിലിൽ മുഖം പൊത്തി ഏങ്ങിയേങ്ങി കരഞ്ഞു.

ചൂത്തിയാ തു ബാൻജ് ഹൈ, (പിഴച്ചവളെ നീ മച്ചിയല്ലേടീ) എന്ന ആരോപണത്തിനു മുന്നിൽ ആരുണിയുടെ സകല പ്രതിരോധവും നഷ്ട

പ്പെട്ടിരിക്കുന്നു. ഇതുവരെ മുഴങ്ങിക്കേട്ട വലിയ ഗ്വാ ഗ്വാ വിളികൾക്കു സ്വിച്ചിട്ടപോലൊരു ശമനതാളം കൈവന്നിരിക്കുന്നു. സ്ത്രീകൾ ഇങ്ങനെയാണ് ജയിക്കാനായി അവർ ഏതറ്റം വരെയും പോകും ചെറിയ വിഷയത്തിൽ ആരംഭിച്ച വലിയ ആരോപണങ്ങൾ ഉന്നയിച്ച ഒരാളുടെ സ്വസ്ഥത നശിപ്പിച്ച അവസാനിപ്പിച്ച വഴക്കിനാവസാനം ശ്മാശാന മൂകതയായിരുന്നു. അന്നോ അതിനു ശേഷമുള്ള ദിവസങ്ങളിലോ വീടിന്റെ ഇടനാഴിയിൽ ആരെയും കണ്ടില്ല. മിട്ടായിക്കടയിലേയ്ക്കുള്ള മുട്ടായി ഉണ്ടാക്കുമ്പോൾ അരുണിമ മീട്ടാറുണ്ടായിരുന്ന മറാത്തി പാട്ടിന്റെ സ്ഥാനത്തിപ്പോൾ ഏങ്ങലടികളാണ് മുഴങ്ങുന്നത്. ഒരു കൊച്ചു വാക്കിനൊരാളെ ഇത്രമേൽ മുറിവേൽപ്പിക്കാൻ കഴിയുമോ എന്നു ഞാൻ ആശ്ചര്യപ്പെട്ടു. മേത്താജി ആർക്കും വെളിപ്പെടാതെ മിട്ടായിക്കടയിലേയ്ക്കും തിരിച്ചും പോയി വന്നു തുടങ്ങി.

അലക്സ് ഞങ്ങൾ ഈ വീട് ഉപേക്ഷിച്ചു പോകുകയാണ്, പത്തു കൊല്ലമായി രണ്ടു ഹൃദയമിടിപ്പിന്റെ സംഗീതം കേട്ട ഭിത്തികളെ ഞങ്ങൾ ഉപേക്ഷിക്കുകയാണ്. ഇനിയവൾക്കിവിടെ തുടരാൻ കഴിയില്ല. ഇന്നീ നിമിഷം വരെ ഞങ്ങൾക്കു കുട്ടികളുണ്ടോ എന്നോ ഇല്ലാത്തതെന്തെന്നോ നിങ്ങളാരെങ്കിലും ചോദിച്ചിട്ടുണ്ടോ ?

എല്ലാം എന്റെ തെറ്റാണ് അലക്സ്, ചെറുപ്പത്തിന്റ ചോരത്തിളപ്പിൽ സർക്കാർ നൽകിയ ഇരുനൂറ്റി അമ്പതു രൂപയ്ക്കു വേണ്ടി കുടുംബാസൂത്രണ ശാസ്ത്രക്രീയയ്ക്കു വിധേയനായപ്പോൾ എനിക്കതൊരു തമാശ മാത്രമായിരുന്നു. ജീവിതം മുന്നിൽ ഒരു കടലു പോലെയുണ്ടെന്നും ഞാൻ മുറിച്ചെറിഞ്ഞതു വെറും ഞരമ്പുകൾ മാത്രമല്ലെന്നും ജീവിതം തന്നെയാണെന്നും അറിയാൻ വൈകി. എന്നിട്ടും ആരുണി ഒരാളിന്റെ പിറകെയും പോയില്ല അവൾക്കവളെ തളച്ചിടാനുള്ള ഒളിയിടങ്ങളായിരുന്നു പഴകി കറുത്ത ആ മിട്ടായി ബോർമ്മകൾ. അവളുണ്ടാക്കുന്ന മിട്ടായിക്കിത്ര സ്വാദ് എങ്ങനെന്നറിയുമോ അവളുടെ കണ്ണീരുപ്പിന്റെ ഉറവ കൂടിയതു കൊണ്ടു കൂടിയാണ്. ഞങ്ങൾ ഇവിടം വിട്ടു പോകും മുൻപൊരാളെങ്കിലും അറിയണം.

വോ തോ ബാൻജ് നഹി ഹൈ ! (അവൾ പ്രസവിക്കാൻ കഴിയാത്ത മച്ചിയല്ല)

അവളുടെ ഉദരം ഊഷരമല്ല, എന്നെ പ്രതി അവൾ ഊഷ രമാക്കി കളഞ്ഞ ഉദാരമാണത് !

എന്റെ ചുമലിൽ ഇരു കൈകളും അമർത്തി അയാളാ വാക്യങ്ങൾ മറാത്തിയിൽ ഉറക്കെ ഉരുവിട്ടു. ആരുണി മിട്ടായി ഉണ്ടാക്കുമ്പോൾ പാടാറുണ്ടായിരുന്ന പാട്ട് പതിഞ്ഞ താളത്തിൽ മുറിയിലേക്കൊഴുകി വരുന്നു. ശർക്കര തിളയ്ക്കുന്ന മണമുള്ള കാറ്റ്, ഒഴുകുന്ന പുഴ അതിൽ നിറയെ

വാല്മാക്രി കുഞ്ഞുങ്ങളെപ്പോലെ ഒരു കൂട്ടം ഒഴുകി പുറത്തേയ്ക്ക് വരുന്നു ക്രമേണ അത് വളർന്നൊരു ഭ്രൂണമാകുന്നു. ഇപ്പോഴും ആരുണിയുടെ മധുര മിട്ടായി ഉണ്ടാക്കുന്ന ബോർമ്മയിൽ നിന്നും ആ മറാത്തി പാട്ടു പതിഞ്ഞ താളത്തിൽ എനിക്കു കേൾക്കാം...

മൂല്യശ്രുതി, സെപ്റ്റംബർ 2019

അൽ നാഥയിലെ ലില്ലിപുഷ്പങ്ങൾ

അൽ നാഥാ പാർക്കിനടുത്തുള്ള ഗല്ലിയിൽ വെച്ചാണവരെ ആദ്യമായി കാണുന്നത്. കരിവീട്ടിയിൽ കൊത്തിവെച്ച ദേവി വിഗ്രഹത്തിനു ജീവൻ വെച്ചതു പോലെയുള്ള ആ രൂപം ആദ്യത്തെ കാഴ്ചയിൽ തന്നെ എന്നെ അവരുടെ ആരാധികയാക്കി. ഗുജറാത്തിയോ സിന്ധിയോ മാർവാഡിയോ ആകണം ഒന്നോ രണ്ടോ പെറ്റിട്ടും ഉണ്ടാകണം എന്നിട്ടും ഇത്ര ശരീരവടിവു സൂക്ഷിക്കുന്ന ഇവർ വല്ല സിനിമയിലോ മറ്റോ അഭിനയിക്കേണ്ട സ്ത്രീ ആയിരുന്നു. പ്രഭാതകാഴ്ചകളിൽ എന്റെ ഹൃദയത്തിനു നവോന്മേഷം പകരാൻ ആ മാദക തിടമ്പെത്തിയതോടെ ഡോക്ടർ പറഞ്ഞ അരമണിക്കൂറിൽ നിന്നും ഒരു മണിക്കൂറിലേയ്ക്കും അതിൽ കൂടുതലിലേയ്ക്കും എന്റെ നല്ല നടപ്പ് നീണ്ടിരിക്കുന്നു. എന്നും കാണുന്ന സുന്ദരിയെ എന്തു പേരിട്ടു വിളിക്കണം, നേരിട്ടു പേരു ചോദിച്ചറിഞ്ഞാലോ വേണ്ട സ്ത്രീയെ ആദരിക്കുന്ന സംസ്കാരത്തിൽ വളർന്നവനാണു ഞാൻ. സ്ത്രീ സൗന്ദര്യം കണ്ടാസ്വദിക്കാൻ മാത്രമുള്ളതാണ് അല്ലാതെയുള്ള യാതൊരു പ്രവർത്തിയും എന്നിൽ നിന്നുണ്ടാവില്ല. ഡിഗ്രിക്കു കൂടെ പഠിച്ച ആദ്യ പ്രണയിനി ലില്ലിക്കുട്ടി സമ്മാനിച്ച കുളിർമ്മ മനസ്സിനു വീണ്ടും പ്രദാനം ചെയ്തത് ഈ മാദക തിടമ്പാണ്, ഇവളെ ലില്ലിക്കുട്ടി എന്നു പേരിട്ടു വിളിക്കണം. അല്ലെങ്കിലും ആദ്യ കാമുകിമാരുടെ പേരുകളാണല്ലോ പിന്നീടു ജനിക്കുന്ന കുഞ്ഞുങ്ങൾക്കും കമ്പ്യൂട്ടറിന്റെ പാസ്‌വേർഡുകളുമൊക്കെ ആകുന്നത് പേരറിയാത്ത ഈ മാർവാഡി പെണ്ണിനെ ഞാനിന്നു മുതൽ ലില്ലിക്കുട്ടി എന്നു വിളിച്ചു തുടങ്ങുകയാണ്.

അന്നൊരു മഴയുള്ള ദിവസമായിരുന്നു മരുഭൂമിക്കു കിട്ടുന്ന ബോണസാണു വല്ലപ്പോഴും പെയ്യുന്ന മഴ. മഴ കടുത്താൽ ഒരു പക്ഷെ ലില്ലിക്കുട്ടി ഇന്നു നടക്കാൻ വന്നേക്കില്ല. അവൾ വന്നില്ലെങ്കിൽ നടക്കാനുള്ള ആവേശം പോകും മൂടി പുതച്ചു കിടന്നുറങ്ങിയാലോ വേണ്ട അവൾ ഇന്നും വരും, ആരോ പറയുന്നതു പോലെ മനസു മന്ത്രിച്ചു കൊണ്ടേയിരുന്നു. എഴുന്നേറ്റു സ്വെറ്റർ പുതച്ചു തണുപ്പു വകവെക്കാതെ പാർക്കിലെ നടപ്പാതയിലേയ്ക്ക് വേഗം നടന്നു. മഴ മേഘങ്ങൾ സൂര്യനെ ഇപ്പോഴൊന്നും സ്വാതന്ത്രമാക്കില്ലന്ന വാശിയിൽ ഒളിച്ചിരിക്കുന്നതു പോലെ

തോന്നി. അവളെന്നല്ല പതിവ്വ നടത്തക്കാർ ആരും തന്നെ എത്തിയി ട്ടില്ല മഴ ചാറൽ തെല്ലൊന്നു ശമിച്ചതോടെ അങ്ങു നിന്നും ഒരു രൂപം മെല്ലെ മെല്ലെ എന്റെ റെറ്റിനയ്ക്കുള്ളിലേയ്ക്ക് നടന്നു കയറി അതെ അത വൾ തന്നെ മാർവാഡി ലില്ലിക്കുട്ടി. മഴ കോട്ടിനുള്ളിൽ ഒതുക്കിയ കട ഞ്ഞെടുത്ത ശരീരവുമായി അവൾ എന്റെ നേരെ നടന്നടുക്കുകയാണ് ഞാൻ ഒരു തവണ അവളെ സൂക്ഷിച്ചു നോക്കി കൈയ്യിൽ എന്തോ ഒരു സഞ്ചിയും തൂക്കിയാണവളുടെ വരവ്. മഴ മാറിയാൽ ഇപ്പോൾ ഇട്ടിരിക്കു ന്ന മഴക്കോട്ട് ഊരിയിടാനുള്ള സഞ്ചി ആവണം എന്തായാലും എന്റെ നടത്തത്തിനിടയിലെപ്പോഴോ അവൾ ആ സഞ്ചി എവിടെയോ ഉപേ ക്ഷിച്ചിരിക്കുന്നു. ഒരു നിഴലു പോലെ പിന്നാലെ നടന്ന എന്റെ കണ്ണു വെട്ടിച്ചവൾ ആ സഞ്ചി എവിടെയാണ് ഉപേക്ഷിച്ചത് !! അതിനുള്ളിൽ എന്തായിരുന്നിരിക്കണം ഒരു പാടു ചോദ്യങ്ങൾ ഉള്ളിൽ മുഴങ്ങുമ്പോൾ പതിവില്ലാതെ ഒറ്റ റൗണ്ട് നടത്തം കഴിഞ്ഞവൾ തിരികെ പോയിരി ക്കുന്നു.

അലസമായി പുതപ്പിനടിയിൽ ഉറങ്ങേണ്ടിയിരുന്ന ഒരു തണുത്ത പ്രഭാതത്തെ ഏതു ലക്ഷ്യത്തിനു വേണ്ടിയാണോ ഉപേക്ഷിച്ചത് ആ ലക്ഷ്യം നിറവേറിയെങ്കിലും മാർവാഡി ലില്ലിക്കുട്ടി ഇന്നെന്നെ നിരാശ പ്പെടുത്തിയിരിക്കുന്നു അവൾ കൊണ്ടു വന്ന കനമുള്ള സഞ്ചി ആർക്കാ യിരിക്കണം അവൾ കൈമാറിയത്. അവൾ പോയി കഴിഞ്ഞിട്ടും ഒരു റൗണ്ട് കൂടി പാർക്കിനെ വലം വെച്ചു നടന്നു നോക്കി മുനിസിപ്പാലി റ്റി വേസ്റ്റ് നിക്ഷേപിക്കുന്ന വലിയ ഡ്രമ്മിനുള്ളിൽ ഒരു വർണ്ണ തിളക്കം കണ്ടാണ് അങ്ങോട്ടു ചെന്നത് അതവളുടെ സഞ്ചിയായിരുന്നു അതി നുള്ളിൽ ജീവനുള്ള എന്തോ ഒന്ന് പിടയുന്നു. പേടിച്ചിട്ടെങ്കിലും ഞാൻ ആ സഞ്ചിയെടുത്തു തുറന്നു അതിനുള്ളിൽ നിന്നും രണ്ടു കുഞ്ഞു പൂച്ച കൾ സ്വാതന്ത്ര്യത്തെ പുൽകാനെന്ന വണ്ണം പുറത്തേയ്ക്കു ചാടി. ഒരെണ്ണം എങ്ങോട്ടെന്നില്ലാതെ ഓടി മുന്നോട്ടു പോയി എന്നാൽ ഒരണ്ണം എന്റെ കൈയ്യുടെ ചൂടിൽ പറ്റി നിന്നു. പൂച്ച കടത്തി മാർവാഡി പെണ്ണേ, നി നക്കിതു വേണമായിരുന്നോ നിന്നെപ്പോലൊരു സുന്ദരിയിൽ നിന്നും ഒരിക്കലും ഇങ്ങനെ ഒരു പ്രവർത്തി എന്തായാലും ഞാൻ പ്രതീക്ഷി ച്ചിരുന്നില്ല. അവളുപേക്ഷിച്ച സഞ്ചി തിരികെ വേസ്റ്റ് ബിന്നിലേക്കെറി ഞ്ഞു തിരികെ നടക്കുമ്പോൾ ഒരാൾ മധുര സ്വരത്തിൽ കരഞ്ഞു കൊണ്ടു എന്റെ പിന്നാലെ കൂടി അവളുപേക്ഷിച്ച കുറിഞ്ഞി പൂച്ച.

ഒട്ടും മൃഗസ്നേഹിയല്ലാത്ത എന്റെ പിന്നാലെ കരഞ്ഞു കരഞ്ഞു വന്ന കുറിഞ്ഞി പൂച്ചയെ ഉപേക്ഷിക്കാൻ എനിക്കു മനസ്സുവന്നില്ല ഏകാ കിയായ എന്റെ ഫ്ലാറ്റ് ജീവിതത്തിൽ എനിക്കൊരു കൂട്ടായി എന്റെ പാ നപാത്ര ത്തിൽ ഭുജിച്ച എന്റെ ഭോജനശാലയിൽ ഊട്ടി ഞാനവളെ

എന്റെ സ്വന്തം എന്നതു പോലെ ജീവിതത്തിലേയ്ക്ക് കൂട്ടി. പിറ്റേന്നുള്ള പ്രഭാത സവാരിക്ക് ലില്ലിക്കുട്ടി എന്ന മാർവാഡി മാദക തിടമ്പുണ്ടായിരുന്നില്ല പിറ്റേന്നെന്നല്ല പിന്നീടു ഒരു ദിവസം പോലും പ്രഭാത സവാരിക്കവൾ വന്നില്ല ഒരു പക്ഷെ പ്രവാസം മതിയാക്കി നാട്ടിൽ പോകുന്നതിന്റെ മുന്നോടിയായിട്ടായിരിക്കണം അവൾ ഓമനിച്ചു വളർത്തിയ പൂച്ച കുട്ടികളെ വേസ്റ്റ് ബാസ്കറ്റിൽ ഉപേക്ഷിച്ചത്.

ലില്ലിക്കുട്ടി പോയെങ്കിലും എനിക്കു കൂട്ടായി വേറൊരു ലില്ലിക്കുട്ടിയെ കിട്ടിയിരിക്കുന്നു അവളുടെ കുറുഞ്ഞിപ്പൂച്ചയെ ഞാൻ ലില്ലിക്കുട്ടി എന്ന പേരു ചൊല്ലി വളർത്തി. ഞാൻ ഓഫീസിൽ പോകുമ്പോൾ വാതിൽ വരെ അവളെന്നെ ഒരു ഭാര്യയെപ്പോലെ അനുഗമിക്കും ഞാൻ പോയി കഴിഞ്ഞാൽ ഉറക്കമല്ലാതെ മറ്റൊരു ജോലിയും അവൾക്കില്ല പിടിക്കാൻ ഒരെലി പോലും ഇല്ലാതെ വെറുതെ പാലും ബിസ്കറ്റും കഴിച്ചിങ്ങനെ ഇരുന്നാൽ വല്ല ദുർമേദസ്സും വന്നു ചത്തു പോകുമെന്നു ഞാനവളോടു കളിയായി പറയുമ്പോൾ അവൾ അരികു ചേർന്നിരുന്നെന്റെ കാലുകളിൽ നക്കി തുടയ്ക്കും. വില്ലു പോലെ വളഞ്ഞു നിന്നവളുടെ ശരീരം എന്റെ ദേഹത്തിന്റെ ചൂടിലേയ്ക്കുരസും. രണ്ടു മാസം കൊണ്ടു ലില്ലിക്കുട്ടി എന്ന കുറിഞ്ഞി പൂച്ചയും ഞാൻ എന്ന മർക്കട മുഷ്ടിക്കാരനായ പ്രവാസിയും തമ്മിൽ പ്രണയത്തിൽ ആയിരിക്കുന്നു.

എന്റെ സങ്കടം നിരാശ മോഹഭംഗം ഒക്കെ വൈകുന്നേരമായാൽ ഞാൻ ലില്ലിക്കുട്ടിയോടു പറയും എല്ലാം മനസിലാക്കിയിട്ടു എന്നെ ആശ്വസിപ്പിക്കുന്നതുപോലെ അവളെന്റെ കാലിൽ നക്കി കൊണ്ടേ ഇരിക്കും അവളുടെ നാവിനു എന്റെ മനസിന്റെ ദുഖങ്ങളെ തഴുകി ശമിപ്പിക്കാനുള്ള പ്രത്യേക കഴിവുള്ളതു പോലെ എനിക്കു അനുഭവപ്പെട്ടു. ജനിച്ചിട്ടിന്നോളം ഒരു ജന്തുവിനെയും ഏഴയലത്തടുപ്പിക്കാത്ത ഞാൻ ലില്ലിക്കുട്ടി എന്ന കുറുഞ്ഞി പൂച്ചയുമായി അഗാധ പ്രണയത്തിലായി. എന്റെ കാറിന്റെ പാസഞ്ചർ സീറ്റിൽ എന്റെ ഭാര്യയെ പോലെ അധികാരപൂർവം അവൾ കയറിയിരുന്നു. ഒഴിവു ദിവസങ്ങളിലെ വൈകുന്നേരങ്ങളിൽ കടൽകാറ്റേൽക്കാൻ ഞങ്ങൾ ഒരുമിച്ചു പോയി. അസ്തമന സൂര്യൻ കടലിൽ മുങ്ങി താഴുന്നതു കണ്ടു ലില്ലിക്കുട്ടി ആവേശത്തോടെ കുതിച്ചു ചാടി ഞാൻ പറയുന്നതെല്ലാം അവൾക്കും അവൾ പറയുന്നതെല്ലാം എനിക്കും മനസിലാകുന്ന ഒരു പ്രത്യേക രസതന്ത്രം ഞങ്ങൾക്കിടയിൽ രൂപപ്പെട്ടു വന്നിരുന്നതായി എനിക്കു തോന്നി.

അന്നു ഞാൻ ഓഫീസിൽ പോകും മുൻപ് അവൾ വ്യത്യസ്തമായ സ്വരമുണ്ടാക്കി എന്റെ ശ്രദ്ധയാകർഷിക്കാൻ ശ്രമിച്ചു. അവളുടെ ഭാഷ അറിയാമെന്നു അഹങ്കരിച്ച എനിക്കു ഗ്രാഹ്യമാകുന്നതിനും അപ്പുറമായിരുന്നു അവളുടെ ഈ പ്രകടനം അന്നവൾ ഓഫീസിൽ പോകാനൊ

രുങ്ങി ഇറങ്ങിയ എന്നെ അനുഗമിച്ചില്ല പകരം തല ഇടത്തോട്ട് ചരിച്ച ശരീരം ഭൂമിയിലുരസി മുന്നോട്ടും പിന്നോട്ടും അക്ഷമയായി ചലിച്ചു കൊണ്ടിരുന്നു. എന്തോ കാര്യമായ അസുഖം അവളെ ബാധിച്ചിരിക്കുന്നു വയറു വേദനയോ മറ്റോ ഉണ്ടാവണം എന്തായാലും വരും വഴി വെറ്റിനറി ഹോസ്പിറ്റലിൽ പോയി മരുന്നു വാങ്ങി വരണം. ഓഫീസിൽ ജോലിയിലായിരിക്കുമ്പോൾ മുഴുവൻ ലില്ലിക്കുട്ടിയുടെ വയറു വേദനയെപ്പറ്റിയുള്ള ചിന്തകളായിരുന്നു അത്രയ്ക്ക് അവൾ എന്റെ ഹൃദയത്തിൽ കടന്നു കയറിയിരിക്കുന്നു.

കതകു തുറന്നതും വലിയ വായിൽ കരഞ്ഞു കൊണ്ടാണവളെന്നെ എതിരേറ്റത് രണ്ടു കാലുകളും പിന്നിലേയ്ക്കുന്നി ശരീരം ബലം നഷ്ടപ്പെട്ടവളെപ്പോലെ അവളെന്നോടു ചേർന്നിരുന്നു. ഞാനവളെ കൈയിലെടുത്തതും അവളെന്റെ കൈയ്യിൽ കടിച്ചു. ആറു മാസത്തിനിടയിൽ ആദ്യമായാണ് അവളെന്നെ ഏതെങ്കിലും വിധത്തിൽ ഉപദ്രവിക്കാൻ മുതിരുന്നത് അത്രമേൽ വേദന അവൾക്കുണ്ടാവണം. രണ്ടു കാലുകളും പിന്നിലേയ്ക്കുന്നി ജനനേന്ദ്രിയം പുറത്തു കാണത്തവിധം അവൾ വലിയ വായിൽ നിലവിളിച്ചു കൊണ്ടു നിലത്തിഴഞ്ഞു നടന്നു. ഇന്നു രാത്രി അവൾ മരണപ്പെട്ടേക്കുമെന്നു എനിക്കു പേടി തോന്നി ഇത്രമേൽ ഞാനൊരു ജന്തുവിനെയും സ്നേഹിച്ചിട്ടില്ല.

പിറ്റേന്നു രാവിലെ ലില്ലിക്കുട്ടി അവളുടെ കിടക്കറയിൽ ഉണ്ടായിരുന്നില്ല തുറന്നിട്ട ജനൽ വഴി അവൾ എങ്ങോട്ടോ പോയിരിക്കുന്നു. ഫ്ലാറ്റ് മുഴുവൻ കയറി അന്വേഷിച്ചു എവിടെയും അങ്ങനെ ഒരു ലക്ഷണമുള്ള പൂച്ച എത്തിയിട്ടേ ഇല്ല. മകളെപ്പോലെ നോക്കി വളർത്തിയിട്ടും അവൾ. നായയെപ്പോലെ നന്ദിയുള്ള ഒരു മൃഗമല്ല പൂച്ച, അതല്ലേ അവൾ ഈ പണി കാണിച്ചത്. ഫ്ലാറ്റിനു കീഴെ ബക്കാലയിലുള്ള മീശ മുളയ്ക്കാത്ത ഖാദർ കുട്ടിയാണ് അതെന്നോടു പറഞ്ഞത്,

ഒരു പ്രത്യേക സമയം കഴിഞ്ഞും പെൺപൂച്ചകൾക്കു ഇണയെ കിട്ടിയില്ലെങ്കിൽ അവറ്റുങ്ങൾക്കു പിരാന്തു പിടിക്കുമത്രേ. ആൺ മണം എത്ര ദൂരെയാണെങ്കിലും പെൺ പൂച്ചകൾ തേടി പോകുമത്രേ.

അപ്പോൾ ഇന്നലെ രാത്രി കാണിച്ച ലക്ഷണങ്ങൾ ഒക്കെ അവളുടെ കാമത്തിന്റേതായിരുന്നോ ? ലില്ലിക്കുട്ടിയുടെ പല്ലുകളിറങ്ങിയ എന്റെ കൈത്തണ്ടയിലേയ്ക്കു ഞാൻ നോക്കി ഒരു സ്ത്രീയുടെ വികാരങ്ങളുടെ നൊമ്പരം ചുവന്നു പതിഞ്ഞ രണ്ടു പൽപാടുകൾക്കിടയിൽ തെളിയുന്നതു പോലെ എനിക്കു തോന്നി.

ലില്ലിക്കുട്ടി എന്ന കുറിഞ്ഞിപ്പൂച്ചയെപ്പറ്റി അന്വേഷിച്ചു ഞാൻ മടുത്തിരിക്കുന്നു. ആൺ കൂട്ടു തേടി അവൾ എങ്ങോ ദൂരെ പോയിരിക്കുന്നു എല്ലാ ലില്ലിക്കുട്ടിമാരും എന്നെ സമർത്ഥമായി പറ്റിക്കുകയാണ്.

പൂർവ്വ കാമുകിയും മദാലസയായ മാർവാഡിയും ഇപ്പോൾ കുറിഞ്ഞി പ്പൂച്ചയും എന്നെ നിർദ്ദയമായി ഉപേക്ഷിച്ചു കടന്നിരിക്കുന്നു. ലില്ലിക്കുട്ടി യെ നഷ്ട്ടപെട്ടു പോയ ദിനങ്ങളിലെ ഏകാന്തതയും മട്ടുപ്പും പതിയെ പതിയെ മാറി വരുന്നു. എല്ലാ പെണ്ണുങ്ങളും ഇങ്ങനെ ആയിരിക്കും ഇനി ഒരിക്കലും തിരിച്ചു വരാത്തവിധം എല്ലാ ലില്ലികുട്ടിമാരെയും ഹൃദ യത്തിൽ നിന്നും നിഷ്കാസനം ചെയ്യണം എന്നാലും ആദ്യ പ്രണയവും ആദ്യ ചുംബനവും ഒന്നും മറന്നാലും മറന്നാലും വീണ്ടും വീണ്ടും ഓർക്കേ ണ്ടി വരുമെന്നതാണ് ഞങ്ങൾ ആണുങ്ങളുടെ ഒരു ഗതികേട്.

നഷ്ട്ടപെടലിന്റെ ആറാം ആഴ്ച തികയുന്ന രാവിലെ ഫ്ളാറ്റിലേ യ്ക്കൊരു അഥിതിയെത്തി ഒരാളല്ല രണ്ടുപേർ. ലില്ലിക്കുട്ടി പിടലിക്കു കടി ച്ചു പിടിച്ചു കൊണ്ടു വന്ന പൂച്ചകളിൽ ഒരെണ്ണത്തെ ഫ്ലാറ്റിനുള്ളിൽ ഇട്ടിട്ടു കുറച്ചു നേരം തലകുനിച്ചിരുന്നു. എല്ലാം നഷ്ടപ്പെടുത്തി ഇറങ്ങി പോയ ധൂർത്ത പുത്രൻ തിരിച്ചു വന്നിരിക്കുന്നതു പോലെ എന്റെ കാലിന്റെ ചു വട്ടിൽ വന്നിരുന്നു നാവുകൾ കൊണ്ടു എന്റെ കാലുകളെ നക്കി തുടച്ചു. പാൽ തീർന്നിരിക്കുന്നു ലില്ലിക്കുട്ടി പോയതിൽ പിന്നെ പാലു വാങ്ങി വെക്കുന്ന ശീലമേ ഇല്ലാതായിരിക്കുന്നു താഴെ ഗ്രോസറിയിൽ വിളിച്ചു പാലിനു ഓർഡർ ചെയ്യുമ്പോൾ ലില്ലിക്കുട്ടി പഴയ ജനൽ വഴി ചാടി പു റത്തേയ്ക്കു ഓടിയിരിക്കുന്നു. തനിക്കു പകരം തന്റെ കുഞ്ഞിനെ ഏൽപ്പി ക്കാൻ എത്തിയതായിരിക്കണം അല്ല ആണ്. ഞാൻ കുനിഞ്ഞു ലില്ലി ക്കുട്ടി കൊണ്ടു വന്ന കണ്ണ് തുറക്കാത്ത പെറ്റിട്ടു അധിക ദിവസം തിക യാത്ത കുഞ്ഞിനെ കൈയ്യിലെടുത്തു.

ബെൽ മുഴങ്ങുന്ന ഗ്രോസറിയിൽ നിന്നും പയ്യൻ പാലുമായി വന്നി രിക്കുന്നു വാങ്ങാൻ കതകു തുറന്നതും ഇടനാഴയിൽ ഒരു പരിചിത മുഖം. എന്റെ ആദ്യ പ്രണയിനി ലില്ലിക്കുട്ടി അടുത്ത ഫ്ളാറ്റിലേയ്ക്ക് നടക്കുന്നു അടുത്ത ഫ്ളാറ്റിൽ പുതിയ താമസക്കാർ വരുമെന്നു നാത്തൂർ പറഞ്ഞ തോർത്തു, ഞങ്ങൾ രണ്ടു പേരും മുഖാമുഖം കണ്ടെങ്കിലും കൂടെ ഭർത്താ വുള്ളതിനാൽ ഒരു പരിചയഭാവം പോലും നടിക്കാതെ അവൾ അക ത്തേയ്ക്കു കയറിപ്പോയി. പാലുമായി ഞാൻ അകത്തേയ്ക്കു കയറുമ്പോൾ പുതിയ ലില്ലിക്കുട്ടി കുറുഞ്ഞി എന്റെ കാലുകളിൽ നക്കി തുടച്ചുകൊണ്ടേ യിരുന്നു...

ബഹ്റൈൻ കേരളീയ സമാജം മാഗസിൻ

വിശുദ്ധ ചക്ക

അക്കാമ്മ കൊച്ചു പെണ്ണ് കുറവിലങ്ങാട്ടു പോയി വന്നപ്പോൾ വലിയൊരു ചക്ക കൊണ്ടു വന്നു. പതിനാലാം പക്കം പാകമാകുമെന്നു കരുതി അടുക്കള പാതകത്തിന്റെ അടിയിലേയ്ക്കു തള്ളി വെയ്ക്കുമ്പോൾ താഴെയൊരു കൈത്താൻ ചാക്കും ഇട്ടിരുന്നു. അടുക്കളയിലും പാതകത്തിലും ചുറ്റി പറ്റി നടക്കുന്ന കുറെയേറെ മൂഷിക വീരന്മാരുള്ളതിനാൽ ഒന്നിനു പകരം രണ്ടു ചാക്കിൽ ചക്കയെ മൂടി പൊതിഞ്ഞു അധികം സ്വാതന്ത്ര്യം നൽകാതെ സാവകാശം പഴുത്താൽ മതിയെന്നു അക്കാമ്മ കൊച്ചു പെണ്ണങ്ങു തീരുമാനിച്ചു. അക്കാമ്മ കൊച്ചു പെണ്ണിന്റെ അരയോളം പൊക്കമുള്ള മുഴുത്ത ചക്ക കുറവിലങ്ങാട്ടു നിന്നും തത്തംപള്ളി വരെ എത്തിക്കാൻ അനുഭവിച്ച കഷ്ടപ്പാടുകൾ ചില്ലറയൊന്നുമല്ല, തത്തംപള്ളിയിലെ അയൽപക്കക്കാരൊക്കെ മൂത്ത ചക്ക കൊതിയന്മാർ ആണെന്നു അക്കാമ്മ കൊച്ചു പെണ്ണു കെട്ടിക്കേറി തത്തംപള്ളിക്കു വന്നപ്പോഴേ മനസ്സിലാക്കിയിരുന്നു. കുറവിലങ്ങാട്ടെ തൊടിയിൽ വീണു നശിച്ചു പോകുന്ന എണ്ണമില്ലാത്ത ചക്കകളെക്കുറിച്ചു പറയുമ്പോൾ തത്തംപള്ളിക്കാർ കപ്പലോടിക്കാനുള്ള വെള്ളവും വായിലൂറി മൂക്കത്തു വിരൽ വെച്ചു നിൽക്കുന്നത് അക്കാമ്മ കൊച്ചു പെണ്ണു പലപ്പോഴും അത്ഭുതത്തോടെ കണ്ടു നിന്നിട്ടുണ്ട്.

കൊച്ചു പെണ്ണു കുറവിലങ്ങാട്ടു നിന്നും കൊണ്ട് വന്ന മുട്ടൻ ചക്കയിൽ ഉദ്ദേശം മുന്നൂറോളം ചുളകളുണ്ടാവുമെന്നു ബസ്സിറങ്ങി വന്ന വഴിക്കു ചുമട്ടുകാരൻ ഗോപാലൻ കണ്ണുമടച്ചു പറഞ്ഞു. ചക്ക അക്കാമ്മയുടെ അയ്യത്തിറക്കി ചുമട്ടു കൂലിയും വാങ്ങി പോന്ന ഗോപാലൻ കരിശുമൂട്ടിലെ ഓട്ടോ സ്റ്റാൻഡിൽ ഓട്ടോ ഓടുന്ന കപ്യാരുടെ അളിയൻ ജോൺസണോടു അക്കാമ്മയുടെ വീട്ടിൽ താൻ കൊണ്ടിറക്കി വെച്ച ചക്കയുടെ മാഹാത്മ്യം പൊടിപ്പും തൊങ്ങലും വെച്ചു തട്ടി വിട്ടു. ജോൺസൺ വഴിയാകണം കപ്യാരും അക്കാമ്മയുടെ വീട്ടിലെത്തിയ കുറവിലങ്ങാട്ടെ ചക്കയെപ്പറ്റി കേട്ടറിഞ്ഞു.

ഉദ്ദിഷ്ട കാര്യങ്ങളുടെ മദ്ധ്യസ്ഥനായ ഗീവർഗീസ് സഹദാ ഇടവക വികാരി ഒറ്റവരിയിലച്ചന്റെ സ്വപ്നത്തിൽ പ്രത്യക്ഷപ്പെട്ട വിവരം ഇട ദി

വസത്തെ കർബാനയ്ക്കിടയിൽ അച്ചൻ മൈക്കിലൂടെ ഉച്ചത്തിൽ വിളിച്ചു പറഞ്ഞു. അച്ചനുണ്ടായ ദർശനം ഇപ്രകാരമായിരുന്നു.

"തത്തംപള്ളിയിലെ ഒരു വീടിന്റെ അടുക്കള പാതകത്തിനടിയിൽ സഹദായ്ക്കു ഏറെ പ്രിയപ്പെട്ടതെന്തോ ആരോ ഒളിപ്പിച്ചു വെച്ചിരിക്കുന്നു ".

അക്കാമ്മ കൊച്ചു പെണ്ണ് ഇടദിവസത്തെ കുർബാനയ്ക്കു പോകാത്തതിനാലും വിശേഷിച്ചു എപ്പോഴെങ്കിലും പോയാലും പട്ടാളക്കാരനായ കെട്ടിയോനെയും കനവു കണ്ടു മനോ മുകുരത്തിൽ ആയിരിക്കുന്നതിനായാലും അച്ചൻ കണ്ട സ്വപ്നത്തെപ്പറ്റി അറിഞ്ഞുമില്ല. സഹദാ കോഴി പ്രിയൻ ആയതിനാൽ സ്വപ്നത്തിലൂടെ ആഗ്രഹിച്ചത് കോഴി ആയിരിക്കുമെന്നു ധരിച്ചു വശായ വീട്ടിൽ കോഴിയെ വളർത്തുന്ന സകലമാന തത്തംപള്ളിക്കാരും കോഴിയുമായി പള്ളി മേടയിലേയ്ക്കു ഒഴുകിയെത്തി. കോഴിയെ പൊരിച്ചും കറിവെച്ചും തിന്നു മടുത്ത ഒറ്റവരിയിലച്ചൻ പ്രസംഗ മദ്ധ്യേ വിഷയം വീണ്ടും അവതരിപ്പിച്ചു. സ്വപ്നത്തിലെത്തിയ സഹദാ കാട്ടിയ വസ്തു കോഴി അല്ലെന്നും അടുക്കള പാതകത്തിനടിയിൽ ഒളിപ്പിച്ചാരും കോഴിയെ വളർത്തില്ലല്ലോ എന്നും വ്യക്തത വരുത്തിയപ്പോൾ പിന്നെ എന്തെന്ന ചിന്തയിൽ തത്തംപള്ളിക്കാർ തലപുകഞ്ഞു കുത്തിയിരുന്നു ചിന്തിച്ചു.

മുപ്പത്തി മൂന്നു കൊല്ലത്തെ അബുദാബി ജീവിതത്തിനു ശേഷം മക്കളെയൊക്കെ അമേരിക്കയിൽ പറഞ്ഞയച്ച ശേഷം നാട്ടിൽ ശിഷ്ട ജീവിതം കഴിക്കാനെത്തിയ മൈക്കിൾ തരകൻ അച്ചൻ കണ്ട സ്വപ്ന വസ്തു കോഴിയല്ലന്നറിഞ്ഞതും ശരിക്കും തകർന്നു പോയി. ഇളയ മകൻ ബിബിൻ മൈക്കിൾ കാലിഫോർണിയയിൽ നിന്നും മമ്മി അറിയാതെ കൊടുത്തയച്ച ജാക്ക് ഡാനിയേലിന്റെ കുപ്പി അതി വിദഗ്ദമായി മൈക്കിൾ തരകൻ അടുക്കള പാതകത്തിന്റെ അടിയിൽ ചാക്കിൽ ഒളിപ്പിച്ചിരുന്നു. ഇനി അതെങ്ങാനുമാണോ, അല്ല അത് തന്നെയാണ് സഹദാ ഒറ്റവരിയിൽ അച്ചനെ ദർശനത്തിലൂടെ കാണിച്ചതെന്ന ചിന്ത വിശ്വാസിയായ മൈക്കിൾ തരകന്റെ ഉറക്കം കെടുത്തി. ഉച്ച കുർബാന കഴിഞ്ഞു വിശ്രമിക്കുകയായിരുന്ന ഒറ്റവരിയിലച്ചന്റെ മുറിയിലേയ്ക്കു പതുങ്ങി പതുങ്ങി ചെന്നു കയറിയതും മൈക്കിൾ തരകൻ വികാരിയുടെ മുറിയുടെ ഓടാമ്പൽ ഠപ്പേന്ന് വലിച്ചിട്ടു. അപ്രതീക്ഷിതമായ ഈ നീക്കത്തിൽ ഒറ്റവരിയിലച്ചൻ ഞെട്ടിത്തരിച്ചിരിക്കേ നമ്മുടെ സഹദാ ഭയങ്കര ശക്തിയുള്ള സഹദയാണ് അച്ചോ എന്ന സാക്ഷ്യത്തോടെ തരകന്റെ അരയിലിരുന്ന ജാക്ക് ഡാനിയേലിന്റെ കുപ്പിയെടുത്തു ഒറ്റവരിയിലച്ചന്റെ മേശമേൽ വെച്ചു. ആഴ്ച തോറും മദ്യ വിരോധം പ്രസംഗിക്കുന്ന കുടിക്കില്ല എന്നറിയാമെന്നും എന്നാൽ അച്ചൻ ഈ കുപ്പി സഹദയ്ക്കു

സമർപ്പിക്കണമെന്നും റോമൻ പടയാളികൾ ആഴ്ചയിൽ ഇമ്മിണി വാട്ടീസിൽ കമ്പം ഉള്ളവരായിരുന്നെന്നും അതായിരിക്കാം സഹദാ ഇപ്പോ ഇങ്ങനെ ഒരു സ്വപ്നം കാണിച്ചതിനു പിന്നിലുള്ള ചേതോ വികാരമെന്നും തരകൻ പറഞ്ഞു നിർത്തുമ്പോൾ ഒറ്റവരിയിൽ അച്ചൻ അവിശ്വസനീയമായ എന്തോ മുന്നിൽ സംഭവിക്കുന്നതു പോലെ തരകനെ തന്നെ നോക്കിയിരുന്നു.

സഹദയായിട്ടു തന്ന കുപ്പി സഹദാ തന്നെ തിരിച്ചു വാങ്ങി എന്നു മനസ്സിനെ ബോധ്യപ്പെടുത്തി പള്ളി മേടയുടെ പടിയിറങ്ങുമ്പോൾ പോക്കറ്റിൽ ഇരുന്ന മൊബൈൽ ഫോണിൽ കാലിഫോർണിയയിൽ നിന്നും ബിബിൻ മൈക്കിൾ വിളിച്ചു സുഹൃത്ത് വശം താൻ കൊടുത്തു വിട്ട ജാക്ക് ഡാനിയേലിന്റെ മഹത്വത്തെപ്പറ്റി വാചാലനായി. തനിക്കു കിട്ടിയ കുപ്പി സഹദാ കൊണ്ടുപോയ കഥ ഇപ്പോ പറയേണ്ടെന്നു തീരുമാനിച്ചു ഫോൺ കട്ടു ചെയ്യുമ്പോൾ ഒറ്റവരിയിലച്ചൻറെ മേടയിലെ മുറിയുടെ കൊളുത്തു വീണ്ടു വീണു. കപ്യാരെങ്ങാനും വന്നു കണ്ടാൽ പെഗ്ഗിനു അറുനൂറു രൂപ വിലയുള്ള സാധനം അഞ്ചു പെഗ്ഗിൽ കുറയാതെ അടിച്ചു തീർക്കുമെന്ന വ്യക്തമായ ധാരണയുണ്ടായിരുന്ന ഒറ്റവരിയിലച്ചൻ കപ്യാർ കാണാത്ത ഒരിടത്തേയ്ക്കു ജാക്ക് ഡാനിയേലിന്റെ കുപ്പി പ്രതിഷ്ഠിച്ച ശേഷം പള്ളി മൈതാനിയിലേയ്ക്കു പന്തു കളിക്കാൻ പോയി.

അക്കാമ്മ കൊച്ചു പെണ്ണിന്റെ അടുക്കള പാതകത്തിനടിയിൽ നിന്നും നാൾക്കു നാൾ സുഗന്ധം വിരിഞ്ഞിറങ്ങി. അയൽക്കൂട്ടത്തിലെ ശോശന്നയും ലീലാമ്മയും വെറോനിക്കയും അക്കാമ്മ കൊച്ചു പെണ്ണിന്റെ ഭവന സന്ദർശനം നടത്തി ആ വലിയ സത്യം തിരിച്ചറിഞ്ഞിരിക്കുന്നു. ഒറ്റവരിയിൽ അച്ചനെ സഹദാ കാണിച്ച സ്വപ്നമിരിക്കുന്നത് ഇവിടെ അക്കാമ്മ കൊച്ചു പെണ്ണിന്റെ അടുക്കള പാതകത്തിനടിയിലാണ്. ലഡാക്കിലുള്ള പട്ടാളക്കാരൻ ഭർത്താവിനെ വിളിച്ചു പള്ളിക്കു ചക്ക കൊടുക്കാനുള്ള അനുമതി തേടിയ അക്കാമ്മ കൊച്ചു പെണ്ണിനോടു അവിശ്വാസിയായ കെട്ടിയോൻ കലവറയില്ലാതെ കെറുവിച്ചു. കുറവിലങ്ങാട്ടു നിന്നും തത്തംപള്ളി വരെ നീ താങ്ങി കൊണ്ടു വന്ന ചക്കച്ചുളവിൽ തിന്നാൻ നോക്കിയിരിക്കുന്ന സഹദാ എന്തോന്നു സഹദയാണെന്നും പള്ളിയേയും പട്ടക്കാരെയും സഹദായെയും ചേർത്തയാൾ അറഞ്ചം പറഞ്ചം ചീത്ത വിളിച്ചു. കെട്ടിയോന്റെ കടുത്ത വിയോജിപ്പിനിടയിലും കുന്തം പിടിച്ചു നിൽക്കുന്ന സഹദായുടെ രൂപം ഉറക്കത്തിൽ കനവു കണ്ടു അക്കാമ്മ കൊച്ചു പെണ്ണു ഞെട്ടി ഉണർന്നു.

പഴുത്ത മണം വിരിയുന്ന ചക്കയുമായി ചുമട്ടുകാരൻ ഗോപാലൻ മുന്നേ നടന്നു, അക്കാമ്മ കൊച്ചു പെണ്ണു പിന്നാലെയും. സഹദായുടെ സ്വപ്ന ദർശന സാഫല്യമെന്നോണം പള്ളിക്കു ചക്ക സമർപ്പിച്ച അക്കാ

മ്മ കൊച്ചു പെണ്ണിനെ വികാരി ഒറ്റവരിയിലച്ചൻ തലയിൽ കൈവെച്ചു അനുഗ്രഹിച്ചു പ്രാർത്ഥിച്ചു. തത്തംപള്ളിയിലെങ്ങും അതുവരെ കിട്ടാത്ത മുന്തിയ ഇനം ചക്ക പള്ളിക്കു കിട്ടിയ സന്തോഷത്തിൽ കപ്യാർ മുട്ടിന്മേൽ നിന്നു കൊന്ത എത്തിച്ചു പ്രാർത്ഥിച്ചു. ജാക്ക് ഡാനിയേലും കുറവിലങ്ങാട്ടെ ചെമ്പരത്തി വരയൻ ചക്കയും നല്ല കോമ്പിനേഷൻ ആണെന്ന തോന്നൽ ഒറ്റവരിയിലച്ചന്റെ സദാ പ്രസന്നമായ മുഖത്തെ കൂടുതൽ പ്രകാശമാനമയമാക്കി. സഹദായ്ക്കു ചക്ക സമർപ്പിച്ചു അക്കാമ്മ കൊച്ചു പെണ്ണു പള്ളിക്കു പുറത്തിറങ്ങിയതും രൂപക്കൂട്ടിൽ ഇരുന്ന സഹദാ കുതിരയുമായി പുറത്തേയ്ക്കു കുതിച്ചു ചാടി. രൂപക്കൂടിനു മുന്നിലിരുന്ന ചക്കയുമായി സഹദാ പ്രകാശ വേഗത്തിൽ മുന്നോട്ടു കുതിച്ചു. സഹദായുടെ ഇരുകൈകളിലെ കുന്തത്തിനും കടിഞ്ഞാണിനും ഇടയിൽ നന്നേ വലിപ്പമുള്ള ചക്ക സുരക്ഷിതമായി ഇരുന്നു. ചക്കയുമായി കുതിരപ്പുറത്തു പായുന്ന സഹദായെ തത്തംപള്ളിക്കാരായ തത്തംപള്ളിക്കാരെല്ലാം കണ്ടു കോരിത്തരിച്ചു നിന്നു. ചക്ക കപ്പിനും ചുണ്ടിനും ഇടയിൽ നഷ്ടപ്പെട്ടു പോയ ദുഖത്തിലും ഒറ്റവരിയിലച്ചൻ താൻ കണ്ട സ്വപ്നം യാഥാർത്ഥ്യമായെന്നും തത്തംപള്ളി ഇനിമുതൽ അത്ഭുത പ്രവർത്തകനായ സഹദായുടെ നാമത്തിൽ തീർത്ഥാടന കേന്ദ്രം ആകുമെന്നുമുള്ള തിരിച്ചറിവിൽ രൂപക്കൂടിനു മുന്നിൽ കൈവരിച്ചു മുട്ടിന്മേൽ നിന്നു പ്രാർത്ഥിച്ചു.

അങ്ങകലെ ലഡാക്കിൽ അക്കാമ്മ കൊച്ചുപെണ്ണിന്റെ കെട്ടിയോന്റെ റെജിമെന്റിൽ ആദ്യമായി പുറത്തു നിന്നും കൊണ്ടുവന്ന ചക്ക എല്ലാവർക്കുമായി വീതിക്കപ്പെട്ടു. നാഗാലാൻഡിലെ കാടുകളിൽ മാത്രം വളരുന്ന അപൂർവ്വ രുചിയുള്ള ചക്ക കഴിച്ച വിവരം പറയാൻ അക്കാമ്മ കൊച്ചു പെണ്ണിനെ കെട്ടിയോൻ വിളിച്ചതും ഫോണിന്റെ താഴത്തെ ക്രാഡിലിൽ നിന്നും പതു പതുത്ത ചക്ക മണം മുറിയാകെ വിടർന്നിറങ്ങി. തത്തംപള്ളിയിലെ എല്ലാ വീട്ടിലും ഇപ്പോൾ ഒരു പ്ലാവുണ്ട്, നാഗാലാൻഡിലെ കാടുകളിൽ മാത്രം വിളയുന്ന അപൂർവ്വയിനം ചക്കകളുമായി സഹദായുടെ പ്ലാവ് വർഷത്തിൽ രണ്ടു തവണ കായ്ക്കും. തത്തംപള്ളിയിലെ സഹദായുടെ പ്രധാന നേർച്ച ചക്ക പുഴുക്കും പഴുത്തു ചുവന്ന ചക്ക ചുളയുമാണ്...

മൂല്യശ്രുതി, ജൂൺ 2019

മിണ്ടാനോവിലെ നരഭോജികൾ

എഡ്മണ്ട് ബെനിറ്റോ വിറയ്ക്കുന്നുണ്ടായിരുന്നു, മുൻപെങ്ങും ഞാൻ കാണാത്ത വിധം അയാളുടെ വെളുത്ത മുഖം രക്തം കിനിയുന്ന പോലെ ചുവന്നു തുടുത്തു. നിര നിരയായി നിന്ന പല്ലുകളിൽ ഇടത്തും വലത്തും നിന്ന ദ്രംഷ്ട്ര പല്ലുകൾ താഴേയ്ക്കു വളഞ്ഞിറങ്ങുന്നതു പോലെ എനിക്കു തോന്നി. രോമകൂപങ്ങൾ മുളയിടാത്ത താടിയെല്ലുകൾ രണ്ടു വട്ടം വായുവിലുഴറ്റി അയാൾ എനിക്കു നേരെ തിരിഞ്ഞിരുന്നു. തീരാറായ ഫണ്ടഡോർ വിസ്കിയുടെ ബോട്ടിലിൽ നിന്നും അവസാന പെഗ് ഊറ്റിയൊഴിച്ചയാൾ എനിക്കു നേരെ നീട്ടി. ഇതു കൂടി കൂടുമ്പോൾ ഏഴാമത്തെ പെഗാണ് അകത്താകുന്നത് എഡ്മണ്ടും ഏകദേശം അത്രത്തോളം തന്നെ കുടിച്ചു കഴിഞ്ഞിരിക്കുന്നു. ഇതാദ്യമായല്ല ഞാൻ എഡ്മണ്ടുമായി കള്ളു കുടിക്കുന്നത് മുൻപെങ്ങും ഇല്ലാത്ത ഒരു തരം പ്രത്യേക ഭാവം അയാളുടെ മുഖത്തും സ്വഭാവത്തിലും എനിക്കിപ്പോൾ കാണാൻ കഴിയുന്നു. എഡ്മണ്ട് എനിക്ക് നേരെ ഒഴിച്ചു നീട്ടിയ പെഗ് വാങ്ങാണോ എന്നു ശങ്കിച്ചു ഞാനിരിക്കെ അയാൾ എന്നോടു ചേർന്നിരുന്നു എന്റെ കൈകളിൽ നിർബന്ധപൂർവം കടന്നു പിടിച്ചു എന്നിലേയ്ക്ക് ആ ഗ്ലാസ് നീട്ടിക്കൊണ്ടു പറഞ്ഞു.

ഹാവ് ഇറ്റ് പറേ, ആഫ്റ്റർ ദിസ് ഡ്രിങ്ക് ഐ വിൽ ടെൽ യു എ സ്റ്റോറി ഏ സ്റ്റ്രയിന്ജ് സ്റ്റോറി ! ഈ പെഗ്ഗിനു ശേഷം അയാൾക്കൊരു വിചിത്ര കഥ എന്നോടു പറയാനുണ്ടത്രേ ! സംശയത്തോടെ ഞാനയാളെ നോക്കി,

അയാളുറക്കെ ചിരിച്ചു ആമാശയത്തിൽ അടിഞ്ഞു കൂടിയ മദ്യം തലച്ചോറിന്റെ ബന്ധങ്ങളെ സ്വതന്ത്രമാക്കുന്നുവെന്നു എനിക്കു തോന്നി. അയാൾ നീട്ടിയ ഗ്ലാസ് വാങ്ങി ഒറ്റവലിക്കു കുടിച്ചു ഞാൻ നിലത്തേയ്ക്കു വെച്ചു. എഡ്മണ്ട് എന്നെ തന്നെ നോക്കിയിരിക്കുകയാണ് സൗന്ദര്യമുള്ള സ്ത്രീയെ ആർത്തിയോടെ നോക്കുന്ന പുരുഷനെപ്പോലെ അയാൾ എന്നെ നോക്കി ചിരിച്ചു.

എഡ്മണ്ട് ഇറ്റ്സ് ട്ടൂ ലേറ്റ്, ലെറ്റ് മി ഗോ ! ഞാൻ പിടഞ്ഞെഴുന്നേറ്റു

സിറ്റ്, സിറ്റ്, ഐ ടോൾഡ് യു ഐ വിൽ ടെൽ എ സ്റ്റോറി, ഇരിക്കു ഞാനൊരു കഥ പറയാമെന്നു പറഞ്ഞില്ലേ, എന്താണിത്ര തിടുക്കം റൂമിൽ നിന്നെക്കാത്തു ഭാര്യയും കുട്ടികളുമിരിപ്പുണ്ടോ ?

നിന്റെ കഥ കേൾക്കാനുള്ള ബോധമോ സമയമോ എനിക്കിപ്പോൾ ഇല്ല ദയവായി എന്നെ വെറുതെ വിടൂ.

അപകടം മണത്തിട്ടെന്നോണം ഞാൻ തിടുക്കം കൂട്ടി. മദ്യം ചെകുത്താനാണ് അതു അമിതമാകുന്നതാണ് എല്ലാ കുറ്റകൃത്യങ്ങളുടെയും മാതാവ്. ഇനിയും ഇവന്റെ കഥ കേട്ടിരുന്നാൽ ഒരു പക്ഷെ അഹിതമായതെന്തെങ്കിലും സംഭവിച്ചേക്കാം ഞാൻ എഴുന്നേറ്റു വാതിലിനടുത്തേയ്ക്കു നടന്നു.

ഫ്രാൻസിസ്, നിൽക്കു ഫ്രാൻസിസ്, അയാൾ കരഞ്ഞു കൊണ്ടെന്റെ പിന്നാലെ കൂടി

ഇതാരോടെങ്കിലും പറഞ്ഞില്ലെങ്കിൽ ഞാൻ ഹൃദയം പൊട്ടി ചത്തു പോകും.

ഞാൻ തിരിഞ്ഞു നിന്നു സോഫയിൽ ഇരുന്നു. ചില ദുഃഖങ്ങൾ പുറത്തു കളയാനുള്ള ദിവ്യ ഔഷധം കൂടിയാണ് അകത്തു ചെന്നിരിക്കുന്നത് എന്താണെങ്കിലും അയാൾ പറയട്ടെ പറഞ്ഞു കഴിയുമ്പോൾ ചിലപ്പോൾ അയാൾക്കാശ്വാസം കിട്ടിയെങ്കിലോ. ഞാൻ ഇരിക്കുന്നതു കണ്ടയാൾ അടുക്കളയിലേയ്ക്കു നടന്നു ഫ്രിഡ്ജ് തുറന്നു ബിയർ എടുത്തു കൊണ്ട് വന്നു മേശമേൽ വെച്ചു. ഫണ്ടഡോർ വിസ്കിയുടെ ഒരു ലിറ്റർ തീർന്നതേയുള്ളു പിന്നെയും, ഇനിയെനിക്കു വേണ്ട എന്നയർത്ഥത്തിൽ ഞാൻ കൈവീശി. അയാൾ ചുവന്ന ബോട്ടിലിലെ ഫിലിപ്പീൻസിൽ നിർമിക്കുന്ന ബീയർ കാൻ ക്രാക്ക് എന്ന ശബ്ദത്തോടെ തുറന്നു ടീപ്പോയിലേയ്ക്കു വെച്ചു.

ഫ്രാൻസിസ് നീ ഇന്ത്യക്കാരനാണ്, വിശ്വസിക്കാൻ കൊള്ളാവുന്നവൻ, അതു കൊണ്ടു മാത്രമാണ് ഞാൻ ഈ കാര്യം നിന്നോടു പറയാൻ പോകുന്നത്, പറയട്ടെയോ ?

മുഖവുരയോടെ അയാൾ എന്റെ മുഖത്തേയ്ക്കു നോക്കി അകത്തു തിളയ്ക്കുന്ന ഏഴു പെഗ്ഗിലും എന്റെ ബുദ്ധി പ്രസന്നമാണ്. മാത്രമല്ല കഥകൾ തേടിയാണ് എന്റെ ദിവസങ്ങൾ ആരംഭിക്കുന്നതും അവസാനിക്കുന്നതും. ഒരു കഥയ്ക്കുള്ള വെടി മരുന്നു തേടിയാണ് ഇത്തരം അന്യ നാട്ടുകാരുമായുള്ള മദ്യപാനവും.

ദവാവോ പട്ടണമെന്നു നീ കേട്ടിട്ടുണ്ടോ ? എഡ്മണ്ട് എനിക്ക് നേരെ ചോദ്യമെറിഞ്ഞു.

അതു നിന്റെ നാടല്ലേ, മിണ്ടാനൊവിലെ സിറ്റി !

അതെ, നിനക്കപ്പോൾ ഫിലിപ്പിൻസിനെപ്പറ്റി അറിവുണ്ട് ? അയാൾ മുന്നിൽ പൊട്ടിച്ച് വെച്ചിരുന്ന ബിയർ കാനിൽ ഒന്ന് മുത്തി താഴെ വെച്ചു.

ഞങ്ങൾ ശരിക്കും മിണ്ടാനൊയുടെ സന്തതികളാണ്, പൂർവികരുടെ ആചാരങ്ങൾ തന്മയത്വത്തോടെ പിൻതുടരുന്ന ഒരു ചെറിയ മത സമൂഹം.

എഡ്മണ്ട് ബെനിറ്റോ !നീ കത്തോലിക്കൻ ആണെന്നാണല്ലോ ഓഫീസ് രജിസ്റ്ററിൽ !

എന്റെ സംശയം മറച്ചു വെയ്ക്കാതെ ഞാൻ സംസാരത്തിൽ ഇട പെട്ടു.

കത്തോലിക്കൻ ! അബുസയ്യാഫ് തീവ്രവാദ ഗ്രൂപ്പിൽ നിന്നും രക്ഷ പെടുന്നതിനും സർക്കാരിന്റെ സഹായങ്ങൾ നേടിയെടുക്കുന്നതിനും ഡാഡി കണ്ടെത്തിയ കുറുക്കു വഴിയാണ് കത്തോലിക്കൻ എന്ന തണ്ട പ്പേര്.

ഞങ്ങളുടെ ചില വിചിത്രമായ ആചാരങ്ങളെപ്പറ്റി കേൾക്കണോ ?

കഥ പറയാനുണ്ടെന്നു കരഞ്ഞു പറഞ്ഞയാൾ പഴമ്പുരാണം പറയുന്നതിലെ അസ്വസ്ഥത മറച്ചു വെയ്ക്കാതെ ഞാൻ എഴുന്നേൽക്കാൻ തുടങ്ങി.

ഫ്രാൻസിസ് ഇരിക്കു, ഞാൻ ഇനി പറയാൻ പോകുന്നത് നിങ്ങൾക്കു തീർത്തും വിചിത്രമായ കാര്യമാണ്. അല്പം ക്ഷമ കാണിക്കു ! അയാളുടെ മുഖത്തെ ചിരി ഗൗരവഭാവത്തിലേയ്ക്കു വഴി മാറുന്നു.

ഞങ്ങൾക്കൊരാചാരമുണ്ട്, ആചാരമാണോ എന്നു ചോദിച്ചാൽ അല്ല, പക്ഷെ നാട്ടിൽ ഡാഡിയടക്കം ഞങ്ങളുടെ സമൂഹത്തിലുള്ള ആരും ആ ആചാരത്തിനൊരു മുടക്കവും വരുത്തിയിട്ടില്ല.

ഓരോ പന്ത്രണ്ടു വർഷം കൂടുമ്പോഴും രക്തം ശുചിയാക്കാൻ, ഓർമ്മകൾക്കും ബുദ്ധിക്കും കരുത്തു പകരാൻ അൽപ്പം, അൽപ്പം..

രണ്ടു തവണ ആ വാക്കവർത്തിച്ചിട്ടായാൾ അൽപ നേരം വാക്കുകൾക്കു വിരാമമിട്ടു. എന്റെ ഹൃദയമിടിപ്പിന്റെ താളം കൂടുന്നു.

അൽപ്പം എന്തു വേണമെന്നാണ് ? ഞാൻ പൊട്ടിത്തെറിച്ചു.

അൽപ്പം മനുഷ്യമാംസം !!!!!!

എന്റെ ഹൃദയത്തിലൂടെ ഒരു കൊള്ളിയാൻ കടന്നു പോയതു പോലൊരു തോന്നൽ. സിരകളിലൂടെ ഓടുന്ന രക്തത്തിനിപ്പോൾ അന്റാർട്ടിക്കയിലെ ഐസു കട്ടയുടെ തണുപ്പാണ്. ഞാൻ പതിയെ ഇരുന്നിടത്തു നിന്നും എഴുന്നേറ്റു. നരഭോജികളായ മനുഷ്യരെപ്പറ്റി കേട്ടിട്ടുണ്ട് എന്നാൽ ഇത്രയും മാന്യനായ ഒരാൾ, അയാളുടെ ഇന്നത്തെ

ഇര ഞാനാണ്, അതിനു വേണ്ടിയാണയാൾ എന്നെ ക്ഷണിച്ചു വരുത്തിയതും നിർബന്ധിച്ചു മദ്യം കുടിപ്പിച്ചതും.

ഫണ്ടഡോറിന്റെ 7 പെഗ് വിസ്കി തന്ന മരവിപ്പിനുമപ്പുറം കട്ട പിടിച്ച ഭയമാണ് ഇപ്പോഴെന്നെ പിടികൂടിയിരിക്കുന്നത്. വേടന്റെ കെണിയിലകപ്പെട്ട ഇരയാണ് ഞാനിപ്പോൾ, ഒന്നുറക്കെ കൂവണമെന്നുണ്ടെനിക്കിപ്പോൾ പക്ഷെ രക്ഷിക്കാനാരും വരില്ലെന്നുറപ്പുള്ള മരുഭൂമിയുടെ ഏതോ കോണിലുള്ള വില്ലയിലാണ് ഞാനിപ്പോൾ. എഡ്മണ്ട് ബിയർ കാനിൽ ഉണ്ടായിരുന്ന അവസാന തുള്ളിയും നാവിലേക്കിറ്റിച്ച ശേഷം പതിയെ എഴുന്നേറ്റ് എന്റെ അടുത്തേയ്ക്കു നടന്നു.

എന്തെങ്കിലും ആക്രമണമുണ്ടായാൽ തിരിച്ചും അക്രമിക്കണം. ഞാനൊറ്റയ്ക്കു മരിക്കില്ല, മീശയില്ലാത്ത ഫിലിപ്പീനോയെക്കാൾ കരുത്തും ആരോഗ്യവും എനിക്കുണ്ട്. അയാളെടുക്കും തോറും ഒരു പ്രത്യാക്രമണത്തിനുള്ള കോപ്പു കൂട്ടി ഞാൻ പിന്നോക്കം നടന്നു.

ഡോണ്ട് വറി മിസ്റ്റർ ഫ്രാൻസിസ് !! ഞങ്ങൾ ആണുങ്ങളുടെ മാംസം ഭക്ഷിക്കാറില്ല !

പെൺമാംസം മാത്രമാണ് ഞങ്ങൾക്കു കഴിക്കാൻ അനുവദനീയമായത്. എന്നെ പേടിയില്ലെങ്കിൽ എന്റെ വാക്കു വിശ്വസിക്കുന്നുവെങ്കിൽ നീയെന്റെ കൂടെ വരൂ.

അയാൾ സ്വീകരണ മുറികഴിഞ്ഞു അകത്തേയ്ക്കു നടന്നു. അൽപ്പം ശങ്കിച്ചെങ്കിലും ധൈര്യം സംഭരിച്ചു ഞാൻ അയാളുടെ പിന്നാലെ നടന്നു. കിച്ചനും കിടപ്പുമുറിക്കും ഇടയിലുള്ള ഇടനാഴിയിൽ വെച്ചിരുന്ന ഫ്രീസർ അയാൾ മലർക്കെ തുറന്നു.

തലയും കാലും ഛേദിക്കപ്പെട്ട ഒരു സ്ത്രീയുടെ ശരീരം വിറച്ചു വിറങ്ങലിച്ചതിനുള്ളിൽ !!!

ഞാൻ ഞെട്ടി പിന്നോക്കം മാറി അത്യന്തം വെറുപ്പോടും ഭയത്തോടും കൂടെ എഡ്മണ്ടിനെ നോക്കി.

സുഖം തേടി കൊണ്ടു വന്നതാണിവളെ, എന്തു ചെയ്യാം എന്റെ സുഖം ഇങ്ങനെയൊക്കെയാണ് !!

മുഖത്തേയ്ക്കു പടർന്നു വീണ മുടിയിഴകളെ കോതിയൊതുക്കി എഡ്മണ്ട് ഒരു ഭ്രാന്തനെപ്പോലെ ചിരിച്ചു. ഇനിയൊരു നിമിഷം പോലും എനിക്കവിടെ നിൽക്കാൻ കഴിയുമെന്നു തോന്നുന്നില്ല. സകല നാഡി ഞരമ്പുകളെയും ഭയം കീഴ്പ്പെടുത്തിയിരിക്കുന്നു. ഞാൻ ഓടി വന്നു സ്വീകരണമുറിയിലൂടെ പുറത്തേയ്ക്കുള്ള വാതിൽ തിരയുമ്പോൾ അയാൾ ഇങ്ങനെ ഉറക്കെ വിളിച്ചു പറഞ്ഞു.

ഫ്രാൻസിസ് നീയും കുറച്ചു മുൻപു കഴിച്ചത് ഞാൻ കഴിച്ച ചൈ

നക്കാരി വേശ്യയുടെ അതേ മാംസമായിരുന്നു.. അടിവയറ്റിൽ നിന്നും ശക്തമായ ആന്തലോടെ എന്തോ പുറത്തേയ്ക്ക് ചാടി. കുടൽ പറിച്ചെറിയുന്ന വേദനയിൽ ഞാൻ അലറുമ്പോൾ എഡ്മണ്ട് ബെനിറ്റോ എന്ന മിണ്ടാനൊക്കാരൻ ഒരു ഫിലിപ്പൈനി നപുംസകത്തെപോലെ ചിരിച്ചു...

കലാകൗമുദി കഥ, സെപ്റ്റംബർ 2018

ഊഷര സങ്കീർത്തനങ്ങൾ

നാലു കുഷ്യനുകളുള്ള സെറ്റി, ഒരു വലിയ അലമാര, ഫ്രിഡ്ജ്, വാഷിംഗ് മെഷീൻ, സാറ്റലൈറ്റ്, ഡിഷ് ടിവി റീസിവർ, രണ്ടു വിൻഡോ ഏ സി, ഒരു സ്പ്ളിറ്റ് ഏ സി, ഒരു മൈക്രോ വേവ് ഓവൻ, ഒരു ഡൈനിങ്ങ് ടേബിൾ ഇത്രയുമായിരുന്നു സാമുവൽ വിൽക്കാനുണ്ടെന്നു പത്രത്തിൽ പരസ്യം ചെയ്ത സാധനങ്ങൾ. ടെർമിനേഷൻ നോട്ടീസ് കിട്ടിയിട്ടിപ്പോൾ ഒരാഴ്ച കഴിയുന്നു അവശേഷിക്കുന്ന മൂന്നാഴ്ചയ്ക്കുള്ളിൽ പരസ്യപ്പെടുത്തിയ വസ്തുവകകൾ വിറ്റു പോയില്ലെങ്കിൽ ഇവിടെ ഉപേക്ഷിച്ചു പോകേണ്ടി വരും ഇത് വരെയും ആരും അന്വേഷണങ്ങളുമായി വിളിച്ചിട്ടു പോലുമില്ല. പരമാവധി കൊണ്ട് പോകാൻ കഴിയുന്ന സാധനങ്ങൾ കൊണ്ട് പോകുക തന്നെ വേണം ഭാര്യയും രണ്ടു മക്കളും കടുത്ത ദുഖത്തിലാണ് ഐറീനും ഐമയും ജനിച്ച നാടാണിത് ഒൻപതു വയസുവരെ അവരെ സമൃദ്ധിയിൽ പോറ്റിയ നാട്. ഇനി എന്താണെന്നൊരു പിടിയുമില്ല ബാങ്കിൽ അവശേഷിക്കുന്ന തുച്ഛമായ തുകയിൽ ഒരു പുതിയ ജീവിതം ആരംഭിക്കുന്നതിനെപ്പറ്റിയാണ് ഇപ്പോഴത്തെ ആശങ്കകൾ മുഴുവൻ. ആദ്യമേ തന്നെ കുടുംബത്തെ നാട്ടിൽ നിർത്തിയാൽ മതിയായിരുന്നു കുറച്ചെങ്കിലും ബാങ്ക് ബാലൻസ് അതു വഴി സമ്പാദിക്കാമായിരുന്നു. ഇതിപ്പോൾ അവിടെയും ഇവിടെയും ഇല്ലാതെ നടുക്കടലിൽ അകപ്പെട്ടതു പോലെ സാമുവേലിനു തോന്നി.

സാമുവേൽ നിങ്ങളുടെ പരസ്യം കണ്ടു വിളിക്കുകയാണ് !!

പറയു നിങ്ങൾ എന്താണ് വാങ്ങാൻ ഉദ്ദേശിക്കുന്നത് ? കഴിഞ്ഞ രണ്ടാഴ്ചയായി സാമുവേൽ കേൾക്കാൻ കൊതിച്ചിരുന്ന ഫോൺ കോൾ ഹൃദയത്തിലൂടെ പ്രതിധ്വനിച്ചു മുഴങ്ങുന്നു.

സാമുവേൽ നിങ്ങൾ പ്രവാസം മതിയാക്കുകയാണെന്നു തോന്നുന്നു ! മറുതലയ്ക്കൽ നിന്നുള്ള ചോദ്യം ചൂടു ദോശക്കല്ലിൽ ഒഴിക്കപ്പെട്ട വെള്ളം പോലെ "ശീ" ന്നൊരു ശബ്ദമുണ്ടാക്കി കർണ്ണപുടങ്ങളിലൂടെ കടന്നു പോയി.

അതെ അതാണ് സത്യം, വരൂ താങ്കൾ വന്നു വിൽക്കാനുള്ള വസ്തുവകകൾ കണ്ടു ബോധ്യപ്പെടുക.

എനിക്കാവശ്യം നിങ്ങൾ പരസ്യപ്പെടുത്തിയതൊന്നുമല്ല, അത്യാവശ്യം എനിക്കു വേണ്ടതൊരു കാറാണ്. നിങ്ങൾ മതിയാക്കി പോകുന്ന സ്ഥിതിക്കു കാറും വില്പനയ്ക്കുണ്ടാവുമെന്നു ഞാൻ ഊഹിച്ചു. എന്റെ ഊഹം തെറ്റല്ലല്ലോ.

നിങ്ങളൊരു കച്ചവടക്കാരനാകണം അല്ലേ, നിങ്ങളുടെ സംസാരത്തിലെ കൗശലം അതെന്നോടു പറയാതെ പറയുന്നുണ്ട്. കണക്കപിള്ള ആയിരുന്നെങ്കിലും ഒരുപാടു കച്ചവടക്കാരെ കണ്ടിട്ടുള്ളവനാണ് സാമുവേലെന്ന ഞാൻ. എനിക്കൊരു കാറുണ്ടായിരുന്നു പക്ഷെ കഴിഞ്ഞ ആറു മാസം മുടങ്ങിപ്പോയ ശമ്പളത്തിൽ എന്നെ നിലനിർത്തിയത് ആ കാർ വിറ്റു കിട്ടിയ കാശായിരുന്നു.

ക്ഷമാപണത്തോടെ ആ ഫോൺ കാൾ അവസാനിച്ചിരിക്കുന്നു. ഇനിയും വിൽക്കപ്പെടാനുള്ള സാധനങ്ങളുടെ പട്ടിക പഴയതു പോലെ തന്നെ അവശേഷിച്ചിരിക്കുന്നു. സാമുവലിന്റെ ആകുലതകൾ ആകുലതകളായിതന്നെ വീണ്ടുമവശേഷിക്കുന്നു. പ്രമുഖ ഇംഗ്ലീഷ് പത്രത്തിൽ രണ്ടു തവണ പരസ്യം കൊടുത്തിട്ടും ഇങ്ങനെ ഒരു വിളിയെ വന്നുള്ളൂ എന്നതിൽ സാമുവേൽ നിരാശനായി.

കുടുംബ വിസ ക്യാൻസൽ ചെയ്യാനുള്ള അപേക്ഷ തയ്യാറാക്കുമ്പോഴാണ് ശ്രീമതി വിളിച്ച് വേഗം വീട്ടിലേയ്ക്കു ചെല്ലാൻ ആവശ്യപ്പെടുന്നത് രണ്ടു സ്ത്രീകൾ പരസ്യം കണ്ടു വന്നിരിക്കുന്നത്രെ. എന്റെ മൊബൈൽ നമ്പർ മാത്രമാണ് പരസ്യത്തിൽ ഉണ്ടായിരുന്നത് അതിൽ വിളിക്കാതെ എന്നോടു സംസാരിക്കാതെ എങ്ങനെ അവർ വീടു തേടിപ്പിടിച്ചു. അല്പം ആശങ്കയോടെയാണ് ഞാൻ ടാക്സി യാത്ര ആരംഭിച്ചത് തട്ടിപ്പുകളുടെ കാലമാണ്. പോരാത്തതിനു എല്ലാം നഷ്ട്ടപ്പെടുന്ന കണ്ടകശ്ശനിയുടെ അപഹാരവും ലിഫ്റ്റ് കയറി മുകളിലെത്തി ബെല്ലടിച്ചതും ശ്രീമതി വന്നു വാതിൽ തുറന്നു പക്ഷെ അവിടെ നേരത്തെ പറഞ്ഞ യുവതികളാരും തന്നെ ഉണ്ടായിരുന്നില്ല.

രണ്ടു വെളുത്ത മുടിയുള്ള യുവതികൾ എന്നു മാത്രമാണ് ശ്രീമതിക്കറിയാമായിരുന്നത്. അവരെന്തിനു വന്നെന്നോ അവർ സംസാരിച്ച ഭാഷയോ ഒന്നും അവൾക്കു മനസ്സിലായില്ല എന്നു മാത്രമല്ല ദുരൂഹത അവശേഷിപ്പിച്ചവർ ഞാനെത്തും മുൻപേ മടങ്ങുകയും ചെയ്തിരിക്കുന്നു. നീരേറ്റു പുറത്തു നിന്നും കെട്ടി കൊണ്ടു വരുമ്പോൾ എങ്ങനെ ആയിരുന്നുവോ അങ്ങനെ തന്നെയാണ് ശ്രീമതിയിപ്പോഴും സാമുവേലിന്റെ രണ്ടു കുഞ്ഞുങ്ങളെ പെറ്റു വളർത്തുന്നെന്നല്ലാതെ ഒരാളോടും നിവർന്നു നിന്നൊരക്ഷരം സംസാരിക്കാൻ പോലുമറിയാത്ത കൂശ്മാണ്ഡം.

അന്നു രാത്രി സാമുവേലിനുറങ്ങാൻ കഴിഞ്ഞില്ല, ആരായിരിക്കും ആ സ്ത്രീകൾ പരസ്യം കണ്ടിട്ടു വന്നതെങ്കിൽ തന്നെ വിളിക്കാഞ്ഞതും

താൻ വരുന്നത് വരെ കാത്തിരിക്കാഞ്ഞതും എന്തു കൊണ്ടായിരിക്കണം. വിൽക്കപ്പെടാൻ ഒരുങ്ങി നിൽക്കുന്ന ശീതികരണി ദുഃഖം കൊണ്ടെന്നപോലെ കടുത്ത ശീതകാറ്റിനെ പുറത്തേയ്ക്ക് തുപ്പുന്നു. ഐമയും ഐറീനും ഒന്നുമറിയാതെ ഉറക്കത്തിന്റെ മൂന്നു യാമങ്ങൾ പിന്നിട്ടിരിക്കുന്നു. മൂന്നാഴ്ച കൊണ്ടു തീരുന്നത് രണ്ടര പതിറ്റാണ്ടു നീണ്ട പ്രവാസമാണ്. എന്തു നേടി ഈ ജീവിതം മണൽക്കാട്ടിൽ ഹോമിച്ചിട്ട് ! ജീവിച്ച അത്ര തന്നെ, നാട്ടിലും എന്തെങ്കിലും തൊഴിലെടുത്തിരുന്നെങ്കിലും ഇങ്ങനെ തന്നെ ആകുമായിരുന്നു. സമ്പാദിക്കാൻ കഴിയാത്ത ഭൂതകാലത്തെയും തുറിച്ചു നോക്കുന്ന ഭാവിയെയും ഓർത്തപ്പോൾ സാമുവേലിനു ഉറങ്ങാൻ കഴിഞ്ഞില്ല.

ബംഗാളി ഇടനിലക്കാരൻ പറഞ്ഞതിലും മൂന്നിരട്ടി താഴ്ത്തി സാധനങ്ങൾ വാങ്ങാൻ അഡ്വാൻസ് നൽകുമ്പോൾ സാമുവേലിന്റെ കൈ വിറച്ചു. ഉറുമ്പു സ്വരുക്കൂട്ടും പോലെ സ്വപ്നങ്ങളെ പണയപ്പെടുത്തി വാങ്ങിയവയാണ് ഇവയോരോന്നും. ഐമയുടെയും ഐറിന്റെയും പാവക്കുട്ടങ്ങൾ പുറത്തേയ്ക്ക് വലിച്ചെറിഞ്ഞു അലമാര പുറത്തേയ്ക്കെടുക്കുന്നതു കണ്ടപ്പോൾ സാമുവേലിനു ദുഃഖം നിയന്ത്രിക്കാനായില്ല. വാങ്ങിയ പൈസ തിരികെ കൊടുത്തു ബംഗാളിയെ പറഞ്ഞയയ്ക്കുമ്പോൾ നിലത്തു കിടന്ന ബാർബി പാവകളിൽ ഒരണ്ണം സാമുവേലിനെ നോക്കി നിർത്താതെ കരഞ്ഞു.

അന്നു രാത്രി സാമുവേലൊരു സ്വപ്നം കണ്ടു വെളുത്ത മുടിയുള്ള മാലഖാമാർ വീണ്ടും വീട്ടിലേയ്ക്ക് വരുന്നു കോർത്തു പിടിച്ച കൈകളുമായി ഐറിനും ഐമയ്ക്കും ശ്രീമതിയ്ക്കുമൊപ്പം സാമുവേലും അവരുടെ പിന്നാലെ നടന്നു നീങ്ങുന്നു. അമ്മച്ചി കുഞ്ഞുനാളിൽ പറഞ്ഞു പഠിപ്പിച്ച മാലാഖാമാരാണ് അതെന്നു സാമുവേലിനു തോന്നി മാലാഖമാരുടെ കൈകളിൽ ആയിരിക്കുന്നവർക്കു ഒരനർത്ഥവും സംഭവിക്കില്ലായെന്നു അമ്മച്ചി അപ്പോഴും പറയുന്നതു പോലെ സാമുവേലിനു തോന്നി.

രാത്രിയിലെ ഭീകരതയെയും പകൽ പറക്കുന്ന അസ്ത്രത്തെയും നീ ഭയപ്പെടേണ്ടാ

ഇരുട്ടിൽ സഞ്ചരിക്കുന്ന മഹാമാരിയെയും നട്ടുച്ചയ്ക്കു വരുന്ന വിനാശത്തെയും നീ പേടിക്കണ്ട

നിന്റെ പാർശ്വങ്ങളിൽ ആയിരങ്ങൾ മരിച്ചു വീണേക്കാം നിന്റെ വലത്തു വശത്തു പതിനായിരങ്ങളും.

തളം കെട്ടിക്കിടന്ന ചൂടുചോരയിൽ ചവിട്ടി സാമുവേൽ ഏഴാം നിലയുടെ ജനാലകൾ മലർക്കെ തുറന്നു താഴെ ഉറങ്ങാത്ത നഗരത്തിന്റെ തിരക്കിലേയ്ക്കു ഒരു പൂമ്പാറ്റയെപ്പോലെ പറന്നിറങ്ങി...

മാതൃഭൂമി കിത്താബ് എഡിഷൻ 2

ലന്തപ്പഴങ്ങൾ

ലന്തപ്പഴങ്ങൾ പാകമാകുന്ന കാലത്തു ഞങ്ങൾ ചേടത്തിയുടെ മതിൽ ചാടി കടക്കും. മധുരവും പുളിർപ്പുമില്ലാത്ത ഒരു തരം ചവർപ്പ രുചിയായിരുന്നു ലന്തപ്പഴങ്ങൾക്ക്. ആരെങ്കിലും പറമ്പിൽ അതിക്രമിച്ചു കയറുന്നതു കണ്ടാലുടൻ ഞൊറിഞ്ഞുടുത്ത ചട്ട മുണ്ടു തെറുത്തു കേറ്റി ചേടത്തി പറമ്പിലേയ്ക്കു ഓടിയിറങ്ങും. കൈയ്യിൽ കിട്ടിയ ലന്തപ്പഴം പോക്കറ്റിലാക്കി ഞങ്ങൾ മതിൽ ചാടി അപ്പുറം എത്തും പ്രായത്തിന്റെ വൈക്ലബ്യങ്ങൾ ഒന്നുമില്ലാതെ ചേടത്തി മതിലു ചാടിയവന്മാരുടെയെല്ലാം പൂർവ്വ പിതാക്കന്മാർക്കു മൂന്നിന്മേൽ കുർബാന നടത്തും. ആരും തിന്നാനില്ലാതെ വീണു പോകുന്ന ലന്തപ്പഴങ്ങളെ പ്രതി ഞങ്ങളുടെ പൂർവ്വപിതാക്കന്മാർ കേട്ട അശ്ളീല വർത്തമാനങ്ങളുടെ പരിഹാരമെന്നോണം ചേടത്തി ഒരിക്കൽ മനസാന്തരപ്പെട്ടു. പരുമല തിരുമേനിയുടെ കബറിടം സന്ദർശിച്ചു വന്ന ചേടത്തി വീടിന്റെ വാതിലുകൾ സദാ സമയം മലർക്കനെ തുറന്നിട്ടു. മൾബറിയും ജാതിക്കായും ലൂവിക്കയും നട്ടു നനയ്ക്കുന്ന സംരക്ഷിത ഉദ്യാനം പോലും എപ്പോഴും ആർക്കും കയറി എന്തും പറിച്ചു തിന്നാവുന്ന പഞ്ചായത്തു വെളിമ്പറമ്പു പോലെയായി. ജപമാലയും കൈയ്യിലേന്തി വീടിന്റെ മുറ്റത്തുള്ള തല്ലി വൃക്ഷത്തണലിൽ ചേടത്തി ഉണ്ടാവും. ആദ്യമൊക്കെ ഭയന്നു ഞങ്ങൾ ചേടത്തിക്കു ഭക്തി മൂത്തു ഭ്രാന്തായതാണെന്ന ധാരണയിൽ അവിടെമാകെ മേഞ്ഞു നടന്നു.

ചേടത്തിയല്ലാതെ മറ്റാരും ആ വീട്ടിൽ ഉണ്ടായിരുന്നില്ല. പട്ടാളക്കാരനായിരുന്ന ഭർത്താവിനൊപ്പം ഡെറാഡൂണിലായിരുന്നു ചേടത്തിയുടെ മുൻകാല ജീവിതം ഭർത്താവിന്റെ ജഡവുമായിട്ടാണ് അവർ ഡെറാഡൂണിൽ നിന്നും ഈ വീട്ടിലെത്തുന്നത് അതിനുശേഷം അവർ ഈ വീടു വിട്ടു എങ്ങും പോയിട്ടില്ല. പേടിപ്പിച്ചു ഞങ്ങളെ പറപ്പിക്കുന്ന ചേടത്തിയിൽ നിന്നും ഒരക്ഷരം ഉരിയാടാതെ ഞങ്ങൾക്കു എന്തും പറിച്ചു തിന്നാൻ മൗന അനുവാദം തരുന്ന ചേടത്തിയോടും പറമ്പിലെ ലന്തപ്പഴത്തിനോടും ഞങ്ങൾ കുട്ടികൾക്കു ഉണ്ടായിരുന്ന മതിപ്പു ക്രമേണ കുറഞ്ഞു വന്നു. ഐസക് ന്യൂട്ടന്റെ മൂന്നാം ചലന നിയമത്തെ ഓർമ്മിപ്പിക്കും വിധം പ്രവർത്തനം ഇല്ലാതെ പ്രതിപ്രവർത്തനവും ഉണ്ടാകില്ലേ

ന്ന മട്ടിൽ ആരും പായിക്കാനില്ലാത്ത മരച്ചുവട്ടിൽ ഉതിർന്നു വീഴുന്ന ലന്ത പഴങ്ങൾ അവിടെ കിടന്നു അഴുകി മണ്ണിനോടു ചേർന്നു തുടങ്ങി.

ഒരിക്കൽ ചേടത്തിയെത്തേടി ഡെറാഡൂണിൽ നിന്നും ഒരാളെത്തി ചേടത്തി അയാളെ വീട്ടിൽ തനിക്കൊപ്പം താമസിപ്പിച്ചു. മകനോ മകന്റെ കൂട്ടുകാരോ ആണെന്ന ധാരണയിൽ ഞങ്ങൾ കുട്ടികളും നാട്ടുകാരും ചേടത്തിയോടു വീട്ടിൽ വന്നു താമസിക്കുന്ന ആളെ പറ്റി ഒരക്ഷരം ചോദിച്ചില്ല ചേടത്തിയൊട്ടു ആരോടും ഒന്നും അയാളെപ്പറ്റി മിണ്ടിയതുമില്ല. അപരിചിതൻ താമസമാക്കിയതിന്റെ ഏഴാം നാൾ ചേടത്തിയുടെ വീട്ടിലെ ലന്തമരത്തിനു ഇടിമിന്നലേറ്റു കത്തി. കാലത്തു വരെ നൂറായിരം ലന്ത പഴങ്ങളുമായി തലയുയർത്തി നിന്ന ലന്തമരം ഇരുട്ടി വെളുത്തപ്പോൾ കരിക്കട്ട കഷണമായതിൽ മറ്റാരെയുംക്കാൾ ഞങ്ങൾ കുട്ടികൾ ദുഖിച്ചു. ഇടിമിന്നൽ ഏറ്റു പുഴവക്കിൽ നിന്നിരുന്ന മൂന്നു നാലു തെങ്ങുകളുടെ മണ്ട പോയതു കണ്ടിട്ടുണ്ടെന്നല്ലാതെ ഒരു പച്ച മരം ഇലയടക്കം കത്തി ചാമ്പലാകുന്നതു ഞങ്ങൾക്കു മാത്രമല്ല നാട്ടുകാർക്കും കൗതുക കാഴ്ച്ചയായിരുന്നു.

ഒരു ഞായറാഴ്ച പള്ളിയിൽ പോയ ചേടത്തി തിരികെ വന്നില്ല. കൂടെത്താമസിച്ചിരുന്ന ചെറുപ്പക്കാരനും അപ്രത്യക്ഷനായിരിക്കുന്നു. വീട് ഗേറ്റ് അടക്കം അടഞ്ഞു കിടന്നു തലേന്നു കത്തി പോയ ലന്തമരത്തിന്റെ അസ്ഥികൂടം കാറ്റിൽ ഒടിഞ്ഞു വീണു. ജാതിക്കായും ലൂവിക്കയും പൂവിട്ടെങ്കിലും ഒരു കായ പോലും മുളയ്ക്കാതെ അതും ചേടത്തിയുടെ തിരോധാനത്തിൽ പ്രതിഷേധിച്ചു. വസന്തം ചേടത്തിയുടെ കൂടെ ഡെറാഡൂണിലേയ്ക്കു തിരിച്ചു പോയെന്നു ഞങ്ങൾ കുട്ടികൾ കളി പറഞ്ഞു. ലന്തമരമില്ലാത്ത ചേടത്തിയുടെ വീട് കുറേക്കാലം അടഞ്ഞു തന്നെ കിടന്നു.

ചേടത്തിയുടെ പറമ്പു നിന്നിടത്തിപ്പോൾ പുതിയ ഷോപ്പിംഗ് കോംപ്ലെക്സ് വരാൻ പോകുകയാണ്. ഷോപ്പിംഗ് കോമ്പ്ലെക്സിനു വേണ്ടി ജെ സി ബി മണ്ണു മാന്തിയപ്പോൾ ലന്ത മരത്തിന്റെ ചുവട്ടിൽ നിന്നും കിട്ടിയ തലയോട്ടിയെപ്പറ്റിയാണ് ഇപ്പോഴത്തെ ചൂടു പിടിച്ച ജനസംസാരം. ചേടത്തിയെ വകവരുത്തി അജ്ഞാതൻ അല്ലെങ്കിൽ മകൻ തന്നെ കടന്നു കളഞ്ഞതാണെന്നും അല്ല കണ്ടെടുക്കപ്പെട്ടതൊരു പുരുഷന്റെ തലയോട്ടിയാണെന്നും കൂടെ താമസിച്ചിരുന്ന ആളെ വക വരുത്തിയ ശേഷം ചേടത്തി ഡെറാഡൂണിലേയ്ക്കു കടന്നതാണെന്നും വ്യത്യസ്ത സംസാരങ്ങൾ നഗരത്തിലുണ്ട്. കരിഞ്ഞ ലന്തമരത്തിന്റെ ഗന്ധത്തിനു മനുഷ്യമാംസത്തിന്റെ മണമുണ്ടായിരുന്നോ എന്നു ഞാൻ പിറകിലോട്ടു ചിന്തിച്ചു. ഒരു മൂക്കടച്ചു ആ ഗന്ധം ഞാൻ ഉള്ളിലേയ്ക്ക് വലിച്ചാവാഹിക്കാൻ ശ്രമിച്ചു. ഇടിമിന്നലേറ്റ രാത്രിയിൽ ഞാൻ കണ്ടൊരു സ്വപ്നമിപ്പോൾ എന്റെ ഓർമ്മയിൽ തെളിയുന്നു. തല്ലി ചുവട്ടിലിരുന്നു ധ്യാനി

ക്കുന്ന ചേടത്തിയുടെ ജപമാലയിലെ മണികൾ പോലെ ഒരു നൂലിൽ കോർത്ത കുറെ അധികം ലന്തപ്പഴങ്ങൾ അതിനു ഏറ്റവും താഴെയായി ഒരു ക്രൂശിത രൂപവും...

മൂല്യശ്രുതി, ഏപ്രിൽ -മെയ് 2020

പരുന്തുകൾ പറക്കാത്തയിടം

അത്യാഹിത വിഭാഗത്തിന്റെ മുൻപിൽ മധ്യ വയസു കഴിഞ്ഞൊരു സ്ത്രീ ഉച്ചത്തിൽ ആരോടോ സംസാരിക്കുന്നതു കണ്ടാണ് ഞാൻ അങ്ങോട്ടു കയറി ചെല്ലുന്നത്. എന്തിനാണവർ കലഹിക്കുന്നതെന്നോ ആരോടാണവർ കയർക്കുന്നതെന്നോ എനിക്കറിയില്ലായിരുന്നു കാരണം അത്യാഹിത വിഭാഗത്തിന്റെ മുറ്റത്തെ ബെഞ്ചുകളിൽ നിറയെ ആളുകളുണ്ടായിരുന്നു. അവരുടെ ആരോ അത്യാഹിതം സംഭവിച്ചു അഡ്മിറ്റ് ചെയ്യപ്പെട്ടിട്ടുണ്ടാവണം അതിന്റെ വികാര പ്രകടനമാവണം. ഏറ്റവും കൂടുതൽ ആത്മാർത്ഥമായ പ്രാർത്ഥനകൾ നടക്കാറുള്ളത് ദേവാലയത്തിലല്ല ആശുപത്രികളിലാണ്. പൂർണഹൃദയത്തോടെ എന്തെങ്കിലും ദൈവത്തോട് മനുഷ്യർ ആവശ്യപ്പെടുന്നതും ഇവിടെ വെച്ചാണ്.

അത്യാഹിതത്തിന്റെ ബെഞ്ചുകളിൽ ഒന്നിൽ ഒഴിഞ്ഞയിടം നോക്കി ഞാനിരുന്നു. വിവിധ ദേശക്കാരായ ഒരു പാടു പേർ അകത്തു മരണാസന്നരായോ അത്യാഹിതം സംഭവിച്ചോ കഴിയുന്നവരുടെ അവസ്ഥ അറിയാൻ അക്ഷമരായി പുറത്തു കാത്തു നിൽക്കുന്നു. അടുത്തിരുന്ന ബംഗാളി പയ്യന്റെ മൊബൈൽ ഏതോ സൂപ്പർ ഹിറ്റ് തട്ടുപൊളിപ്പൻ ബംഗാളി പാട്ടുമായി ചിലച്ചപ്പോൾ എല്ലാവരുടെയും ശ്രദ്ധ അങ്ങോട്ടായി മൊബൈൽ നിരോധിത മേഖലയാണവിടം. ബംഗാളി പയ്യൻ ജാള്യത മറച്ചു കൊണ്ടു പോക്കറ്റിൽ നിന്നും ഫോൺ എടുത്തു ചെവിയിലേയ്ക്കു ചേർത്തു വെച്ചു കൊണ്ടു പുറത്തേയ്ക്കു നടന്നു. ഞാൻ പതിയെ എന്റെ പോക്കറ്റിൽ പരതി എന്റെ മൊബൈൽ അവിടെ ഉണ്ടെന്നു ഉറപ്പു വരുത്തി. വേഗം തന്നെ അയാൾ തിരികെ വന്നു കസേരയിലിരുന്നു. കസേരയിലിരുന്നതും വീണ്ടും ഫോൺ ശബ്ദിച്ചു ദേഷ്യത്തോടെ അയാൾ ആ ഫോൺ കട്ടു ചെയ്തു ശേഷം മൊബൈൽ സ്വിച്ച് ഓഫ് ചെയ്തു.

ക്യാ ഹോഗയാ ഭായ്? എന്റെ കൂടെപ്പിറപ്പായ ജിജ്ഞാസ തല കുലുക്കിയെഴുന്നേറ്റു. എന്റെ ചോദ്യം പിടിക്കാത്ത വണ്ണം അവൻ തല വെട്ടിച്ചു അകത്തേയ്ക്കു നോക്കി. ആരോടോ ഉള്ള വാശിയിൽ നഖം മുഴുവൻ കടിച്ചു വലിച്ചു പുറത്തേയ്ക്കു തുപ്പുന്നുണ്ടായാൾ. ബംഗാളികൾ ഭൂരിപക്ഷ

വും ഇങ്ങനെയാണ് ആർക്കും അവരെ മെരുക്കുക സാധ്യമല്ല കാരണം അവരുടെ തലച്ചോറുകളിൽ അവർക്കു മീതെ ആർക്കും അവർ ആപ്രമാദിത്യം നൽകില്ല എന്നതു തന്നെ. പിന്നെയവനെ ഞാൻ ശല്യപ്പെടുത്താൻ പോയില്ല. പുതിയ പുതിയ അപകട കേസുകൾ വന്നു കൊണ്ടേയിരിക്കുന്നു എന്റെ ശ്രദ്ധ മുഴുവൻ പുതിയതായി വന്ന ഫിലിപ്പീനോയിലും സുഹൃത്തിലുമാണ്. എന്തോ അപകടമാവണം ഒരു ഫിലിപ്പീനോയുടെ കാൽ ഒടിഞ്ഞു തൂങ്ങിയിട്ടുണ്ട് എന്നിട്ടുമയാൾ വേദനയുടെ ലാഞ്ചന പോലുമില്ലാതെ ചിരിക്കുന്നു. നേഴ്സ് ചക്ര കസേര കൊണ്ടു വന്നു അയാളെ ഇരുത്തിയതും കൂടെ വന്നയാൾ കുനിഞ്ഞയാളുടെ ചുണ്ടുകളെ കടിച്ചു വലിച്ചു. ഇംഗ്ലീഷ് സിനിമകളിൽ കാണുന്ന ഫ്രഞ്ച് കിസ് കൺമുന്നിൽ കണ്ട ബംഗാളി പയ്യന്റെ കണ്ണ് തള്ളി പുറത്തേയ്ക്കു വരുന്നത് ഞാൻ കണ്ടു. സ്വവർഗ രതിക്കാരാവണം അവർ, ഫിലിപ്പിനോകളിൽ ഇങ്ങനെ ഒരു പാടു പേരുണ്ട്. ചക്ര കസേരയുമായി വന്ന മധ്യ വയസ്കയായ നേഴ്സ് എന്തോ വലിയ അശ്ലീല കാഴ്ച കണ്ടതു പോലെ മുഖം കോക്രിച്ചു കൊണ്ടു വേഗം ചക്രകസേരയുന്തി കാലൊടിഞ്ഞ ഫിലിപ്പീനോയുമായി അകത്തേയ്ക്കു കയറി.

ഭായി ദോ ദിർഹം കാ കോയിൻ ഹൈ ?

നേരത്തെ പോസു കാണിച്ച ബംഗാളി പയ്യൻ എനിക്കു നേരെ യാചനാ സ്വരവുമായി തിരിഞ്ഞിരുന്നു. അവന്റെ വണ്ടിയിലെ പാർക്കിംഗ് കാർഡ് തീർന്നിരിക്കുന്നു. അതു മാറ്റിയിടാൻ ചില്ലറ വേണം. ഞാൻ പോക്കറ്റിൽ പരതി എനിക്കു പാർക്കിംഗ് കാർഡാണുള്ളത് അതെടുത്തു അവനു നേരെ നീട്ടി. സന്തോഷത്തോടെ അവൻ അതു വാങ്ങി പാർക്കിംഗ് ടിക്കറ്റ് ഇട്ടിട്ടു കാർഡുമായി തിരികെ വന്നടുത്തിരുന്നു.

മേരാ ഭായ് കൽ സെ ഇദരീ ഹൈ ! എന്റെ സഹോദരൻ ഇന്നലെ വൈകിട്ടു മുതൽ ഇവിടെ അഡ്മിറ്റാണ്, ബംഗാളി ഒരു കുമ്പസാരം പോലെ എന്നോടു സംസാരിച്ചു തുടങ്ങി. ഇന്നലെ വൈകിട്ടു വീട്ടിൽ വിളിച്ചു ഭാര്യയുമായി വഴക്കിട്ട ശേഷം എന്തോ അബദ്ധം കാണിച്ചത്രേ.

ബംഗാളിയിൽ ഒരു ചീത്ത പറഞ്ഞു കൊണ്ടയാൾ തുടർന്നു ഈ പെണ്ണുങ്ങൾ ഇങ്ങനെയാ, സംസാരിക്കുമ്പോൾ അവർക്കു ബെല്ലും ബ്രേക്കും ഇല്ല അവൻ ഈ ചൂടത്തു പണിയെടുക്കുന്നത് ആർക്കു വേണ്ടിയാണ് എന്നെങ്കിലും ഓർക്കാനുള്ള കഴിവില്ലാത്ത കഴുതകൾ! ബംഗാളി ആ തെറി ആവർത്തിച്ചു. ഞാൻ നിശബ്ദനായി ഈ ലോകത്തു എന്തെല്ലാം പ്രശ്നങ്ങൾക്കു നടുവിലാണ് മനുഷ്യരെല്ലാം ജീവിക്കുന്നത്. പുറമെ ചിരിച്ചും കളിച്ചും നടക്കുന്ന മനുഷ്യർക്ക് എന്തെല്ലാം വ്യഥകളാണ് ഉള്ളിൽ ഉണ്ടാവുന്നത്. ഒന്നിനും ഒരു ഗ്യാരണ്ടിയില്ല അല്ലെങ്കിൽ ഇന്നലെ കൂടി ഓഫീസിൽ വന്ന കേശുഭായി പട്ടേൽ എന്ന

എന്റെ മാനേജർ ഇന്ന ജീവനും മരണത്തിനുമിടയിലുള്ള നൂൽപ്പാല ത്തിലൂടെ സഞ്ചരിക്കുമോ.

ഐസിയുവിൽ നിന്നും കരഞ്ഞു കൊണ്ടൊരു സ്ത്രീ പുറത്തേയ്ക്കിറ ങ്ങി വന്നു. മുൻപ് ഞാനിവരെ എവിടെയോ കണ്ടിട്ടുണ്ട് കേശുഭായിയു ടെ ഭാര്യ! അതെ കല്യാണം കഴിഞ്ഞിട്ട് ആറു മാസം പോലുമായിട്ടില്ല. കേശുഭായി പട്ടേൽ മരിച്ചിരിക്കുന്നു. നേരത്തെ ഒച്ചയിട്ടു സംസാരിച്ച മധ്യവയസ്ക കേശുഭായിയുടെ അമ്മയായിരുന്നു. വന്നു കയറിയ മരു മകളുടെ ജാതക ദോഷം കൊണ്ടാണ് തന്റെ മകനീ ഗതി വന്നതെന്നു അവർ ഉച്ചത്തിൽ അലമുറയിട്ടു കരയുന്നു. ഞാൻ ഫോണെടുത്തു ഓഫീ സിലേയ്ക്ക് മരണ വാർത്ത അറിയിച്ചു കൊണ്ടു പുറത്തേയ്ക്കിറങ്ങി.

സാർ ഒന്നു നിൽക്കാമോ ? ഞാൻ തിരിഞ്ഞു നിന്നു പിന്നിൽ മര ണപ്പെട്ട കേശുഭായി പട്ടേലിന്റെ പുതു മണവാട്ടിയാണ്. അവർ തിടുക്ക പ്പെട്ടു എന്റെ അടുക്കൽ വന്നു സംശയത്തിൽ ചോദിച്ചു. സാർ ഇനിയു ള്ള നടപടികൾ ? മൃതദേഹം നാട്ടിലെത്തിക്കുന്നതു വരെയുള്ള എല്ലാ ജോലികളും കമ്പനി ചെയ്തു തരും നിങ്ങൾ വിഷമിക്കാതിരിക്കു ! ഞാൻ അവർക്കു ഉറപ്പു കൊടുത്തു. അതല്ല സാർ !!! ചോദ്യം പിടികിട്ടാത്തവ ണ്ണം ഞാനവരുടെ മുഖത്തേയ്ക്കു നോക്കി കമ്പനിയിൽ നിന്നും കിട്ടാനു ള്ള സർവീസ് ആനുകൂല്യങ്ങൾ എന്റെ പേരിൽ കിട്ടുമോ ? പട്ടേലിന്റെ ശരീരത്തിൽ ജീവന്റെ ചൂടു വറ്റിയിട്ടുണ്ടാവില്ല അതിനു മുൻപു ജീവന്റെ വിലയ്ക്കായി കഴുകൻ കണ്ണുകളുമായി വന്നിരിക്കുന്നു. എന്റെ മുഖത്തു ഞാ നറിയാതെ വന്ന പുച്ഛ സ്വരം വായിച്ചിട്ടെന്നോണം അവൾ തുടർന്നു.

ആ തള്ള അവരൊരു രാക്ഷസിയാണ് സാർ ! എനിക്കിനിയും ജീ വിക്കണം അവരുടെ പേരിൽ കൊടുത്താൽ അവരെനിക്ക് ഒരു രൂപ പോലും തരില്ല സാർ ! ഞാൻ അലക്ഷ്യമായി മുന്നോട്ടു നടന്നു അവരെ ന്റെ പിന്നാലെ കൂടി ഓരോന്നും പറയുകയാണ്. സർജീ ആപ്കോ ജോ ചാഹിയെ വോ പൂച്ചോ മേ ദൂങ്ക! സാർ നിങ്ങൾ പകരമായി എന്താവ ശ്യപ്പെട്ടാലും ഞാൻ തരാം അതു പറഞ്ഞവർ ചുരിദാറിനു മുകളിലുള്ള ഷാൾ ഉയർത്തി തന്റെ വക്ഷസിന്റെ കനം എനിക്കു വ്യക്തമായും കാ ണത്തക്ക വണ്ണം എന്റെ വിലങ്ങനെ നിന്നു. അപ്പോൾ ഭീകരമായ ശബ്ദ മുണ്ടാക്കികൊണ്ടൊരു ആംബുലൻസ് ഞങ്ങൾക്കിടയിലൂടെ അത്യാഹി തത്തിനു മുന്നിലേയ്ക്ക് വന്നു നിന്നു. അതിൽ നിന്നിറക്കിയ രോഗിയ്ക്കു പി ന്നാലെയും ഒരു സ്ത്രീ കരഞ്ഞു കൊണ്ടു അകത്തേക്കോടി...

അക്ഷരദീപം, ഏപ്രിൽ 2017

പ്രിയപ്പെട്ട പാവൽ

അമ്മച്ചി നട്ട പാവലിന്റെ നോക്കി നടത്തിപ്പുകാരി ഞാനായിരുന്നു. ദിവസവും വെള്ളമൊഴിക്കണം, പഴുത്ത ഇലകൾ പറിച്ചു കളയണം പൂവോ കായോ വന്നുവോ എന്നു നോക്കണം. സ്കൂൾ വിട്ടു വന്നാലുടൻ ഓടി അടുക്കളത്തോട്ടത്തിലേക്കാണ് പോവാറ്. അവിടെ വെണ്ടയും വഴുതനയും പീച്ചിങ്ങയുമൊക്കെ ഉണ്ടെങ്കിലും പാവൽ ചെടി മാത്രമായിരുന്നു എന്റെ സംരക്ഷണ ചുമതലയിൽ ഉണ്ടായിരുന്നത് കാരണം അമ്മച്ചിയുടെ അടുക്കളത്തോട്ടത്തിൽ വാഴാത്ത ഒരേ ഒരു ചെടി പാവലായിരുന്നു. പല തവണ അമ്മച്ചി പലതരം വിത്തുകൾ ഉപയോഗിച്ചു പാവൽ ചെടി വളർത്തി നോക്കിയതാണ് പക്ഷെ പൂവിടുമ്പോൾ തന്നെ അവയെല്ലാം മുഞ്ഞ കുത്തി പാഴായി പോയിരുന്നതിനാൽ അവസാന ശ്രമം എന്ന നിലയ്ക്കാണ് ഈ പാവൽ വള്ളികൾ എന്നെ ഏൽപ്പിക്കുന്നത്. ദിവസവും പൂവിട്ടു കായ്ക്കുന്ന നിത്യ വഴുതനയും നീണ്ടു നിവർന്നു കിടക്കുന്ന പീച്ചിങ്ങയും എന്നും എന്നോടു ചോദ്യ രൂപേണ പാവലിനെക്കുറിച്ചന്വേഷിക്കും. അവർക്കൊക്കെ ഞാൻ നോക്കി വളർത്തുന്ന പാവലിനോടു അസൂയ ഉള്ളതു പോലെ കളിയാക്കി ചിരിക്കും ഒരിക്കലും കായ്ക്കാത്ത വന്ധ്യയാണെന്റെ പാവൽ മരം എന്നെനിക്കു ഇപ്പോൾ തോന്നി തുടങ്ങിയിരിക്കുന്നു.

അമ്മച്ചിയുടെ തോട്ടത്തിൽ വസന്തം വന്നു. വണ്ടുകളും ശലഭങ്ങളും ചൊറിയൻ പുഴുക്കളുമടക്കം എല്ലാവരും വന്നിട്ടും ഞാൻ നട്ടു നനച്ച പാവൽ മാത്രം പൂവിട്ടില്ല. എന്റെ പ്രാർത്ഥനകളും തപസും അമ്മച്ചിയുടെ അടുക്കളത്തോട്ടത്തിലെ പാവലിനു വേണ്ടി ഞാൻ സമർപ്പണം ചെയ്തു. സ്കൂൾ ബാഗ് എറിഞ്ഞിട്ടു ഞാൻ ആദ്യം ചെല്ലുന്നതു പാവൽവള്ളികൾ പൂവിട്ടോ എന്നറിയാനാണ്. തമ്പായി അനുഗ്രഹിക്കാത്ത ചെടികളിൽ പൂവോ കായോ ഉണ്ടാവില്ലെന്നു പഠിപ്പിച്ച വേദപാഠം സാർ കുട്ടപ്പൻ സാറിനോട് എന്റെ പാവൽ ചെടിയെപ്പറ്റി ഞാൻ പറഞ്ഞു. മനുഷ്യനിലേതു പോലെ ജീവൻ ചെടികളിലും ഉണ്ടെന്നും ആ ജീവൻ നൽകിയ ദൈവം കനിയാതെ എന്റെ പാവൽ പൂക്കുകയോ കായ്ക്കുകയോ ചെയ്യില്ല എന്ന് കുട്ടപ്പൻ സാർ പറഞ്ഞപ്പോൾ എന്റെ മുന്നിലെ മുഴുവൻ

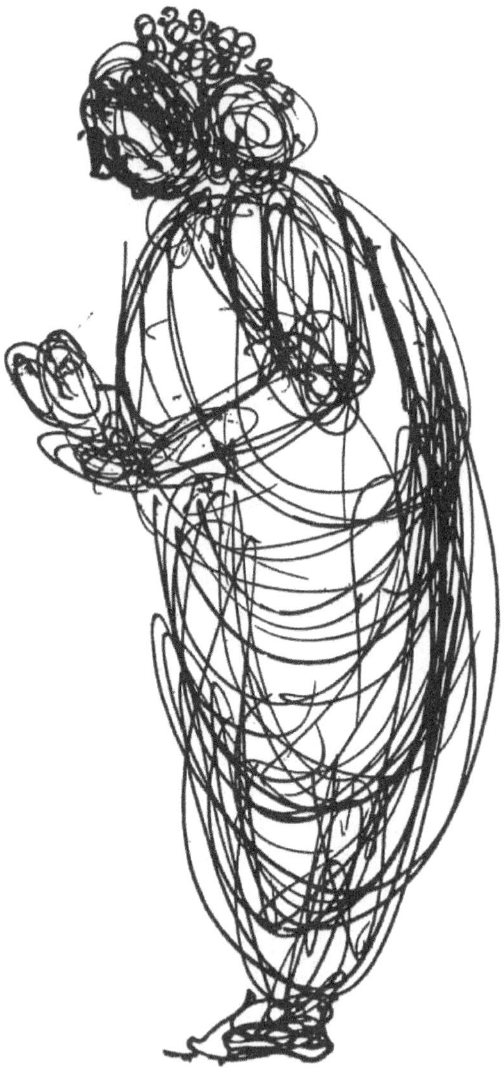

ആശ്രയവും ദൈവത്തിലായി. കുട്ടപ്പൻ സാർ ഒന്ന് കൂടി പറഞ്ഞു നമ്മു ടെ പ്രിയപ്പെട്ട എന്തെങ്കിലും സമർപ്പിച്ച പ്രാർത്ഥിച്ചാൽ ദൈവം നിശ്ച യമായും ഫലം നൽകും. എന്താണ് എന്റെ പാവലിനു വേണ്ടി ഞാൻ സമർപ്പിക്കേണ്ടത് ?രണ്ടാം ക്ലാസുകാരിയായ ഞാൻ എന്ത് സമർപ്പി ച്ചാലാവും ദൈവം എന്റെ പാവലിൽ കായ് നിറയ്ക്കുക ??

അമ്മച്ചീ പല്ലു വേദനയെടുക്കുന്നു അസഹ്യമായ വേദന, അമ്മച്ചി മോണയിലെ പല്ലിൽ അമർത്തി ഉലച്ചു കള്ളു കുടിയൻ പൗലോച്ചായൻ വൈകിട്ടു കള്ളു കുടിച്ചു വരുമ്പോൾ ആടുന്നതു പോലെ ആടുകയാണെ ന്റെ പല്ലുകൾ, അസഹ്യമായ വേദന.

"പുതിയ പല്ലുകൾ വരാനുള്ള സമയമായി അപ്പച്ചൻ വരുമ്പോൾ ഹോസ്പിറ്റലിൽ പോയി ഇതു നമുക്ക് പറിച്ചു കളയാം "

എന്റെ ആട്ടം വന്ന പല്ലുകൾ പറിച്ചു കളയാമെന്നു അമ്മച്ചി സമ്മ തിച്ചിരിക്കുന്നു. എന്റെ പാവലിനെക്കുറിച്ചു കുറച്ചു നേരമെങ്കിലും ഞാൻ മറന്നിരിക്കുന്നു. പാവൽ ചെടിയുടെ വള്ളികൾ അമ്മച്ചിയുണ്ടാക്കിയ കയറു വേലിയിലേയ്ക്ക് പടർന്നു കയറിയിരിക്കുന്നു. കുട്ടപ്പൻ സാർ പറ ഞ്ഞത് പോലെ എന്തെങ്കിലും പ്രിയപ്പെട്ടതു സമർപ്പിച്ചു പ്രാർത്ഥിച്ചാൽ ഇവൾ പുഷ്പിണിയാകും. ഞാൻ സർവ്വ ശക്തിയുമെടുത്തു മോണയിൽ ആടി നിന്നിരുന്ന പല്ലിൽ അമർത്തി. അൽപം രക്തം പൊടിഞ്ഞെ ങ്കിലും അതു അടർന്നു വായിൽ വീണു. അപ്പച്ചൻ വരും മുൻപ് ഡോക്ടറെ കാണും മുൻപു ആണയിലെ പല്ല് ഇതാ പറിഞ്ഞു കയ്യിൽ വന്നിരി ക്കുന്നു.

പ്രിയപ്പെട്ട പാവലേ എനിക്കു സമർപ്പിക്കാൻ എന്റെയീ കുഞ്ഞു പച്ചരി പല്ലുകളല്ലാതെ മറ്റൊന്നുമില്ല. പാവൽ ചെടിയുടെ വേരുകൾ ക്കരികിൽ ഒരു കൊച്ചു കുഴിയുണ്ടാക്കി ആ പച്ചരി പല്ലിനെ പാവലിനു സമർപ്പിച്ചു മടങ്ങുമ്പോൾ ഒരു ആത്മ സംതൃപ്തി തോന്നി കുട്ടപ്പൻ സാർ പറഞ്ഞതു പോലെ എന്റെ ശരീരത്തിന്റെ ഒരു ഭാഗം തന്നെ ഞാൻ പാ വലിനു സമർപ്പിച്ചിരിക്കുന്നു. അടുത്ത രണ്ടു ദിവസം ഞങ്ങൾ കാവാല ത്തിനു പോകുകയാണ് കാവലാത്തെ ലീലാമ്മാന്റിയുടെ പെരവാസ്തോ ലിയാണ് രണ്ടു ദിവസം കഴിഞ്ഞേ വരൂ. കുട്ടനാട് ഭയങ്കര ഭംഗിയുള്ള സ്ഥലമാണ് വെള്ളവും വള്ളവും നല്ല മനുഷ്യരുമുള്ള നാട്. പക്ഷെ അപ്പ ച്ചൻ ആണ്ടിലൊരിക്കലെ അങ്ങോട്ടു കൊണ്ട് പോകു കാരണം ദുരിതം പിടിച്ച ബോട്ട് യാത്ര അപ്പച്ചനിഷ്ടമല്ല.

കാവലത്തു നിന്നും പേരവാസ്തോലി കഴിഞ്ഞു വന്നതും ഞാൻ അടു ക്കളത്തോട്ടത്തിലേയ്ക്കാണ് ഓടിയത്. അത്ഭുതം ! അത്യത്ഭുതം!! വന്ധ്യ യായിരുന്ന എന്റെ പാവൽ പൂവിട്ടിരിക്കുന്നു പാവൽ പൂവിനു മുകളിലാ യി ഒരു കുഞ്ഞു പാവയ്ക്ക ഉണ്ടായിരിക്കുന്നു. അമ്പിളി മാമനെ കിട്ടിയ

സന്തോഷമായിരുന്നു എനിക്ക്. കുട്ടപ്പൻ സാറിന്റെ ഉപദേശം ഫലിച്ചിരിക്കുന്നു എന്റെ പ്രാർത്ഥന ദൈവം കേട്ടിരിക്കുന്നു. ഇപ്പോൾ എനിക്കു ക്ലാസിൽ ശ്രദ്ധിക്കാൻ കഴിയുന്നില്ല ഓരോ നിമിഷവും എന്റെ പാവൽ വളരുന്നതിനെപ്പറ്റിയാണ് ചിന്ത മുഴുവൻ. വീണ്ടും പൂവുകളും അതിനു താഴെ കൊച്ചു കായകകളും വന്നു തുടങ്ങിയിരിക്കുന്നു. എന്റെ മോഹവും പൂത്തു തളിർക്കുകയാണ് പാവൽ വലുതായി വലുതായി വരുന്നു രണ്ടു കുഞ്ഞു വണ്ടുകൾ മൂളി പറന്നു എന്റെ കായ്ച്ചു തുടങ്ങിയ പാവലിനു ചുറ്റും വലം വെയ്ക്കുന്നു എന്നു കണ്ട അമ്മച്ചി ഒരു കടലാസു പൊതി കെട്ടി പാവലുകൾക്ക് സംരക്ഷണ വലയം തീർത്തിരിക്കുന്നു.

നാലു പാവയ്ക്കകൾ ഒരേ സമയം വളരുകയാണ്. അമ്മച്ചിയുടെ അടുക്കളത്തോട്ടത്തിൽ വാഴാത്ത പാവലുകളെ നട്ടു നനച്ചു വളർത്തിയ എനിക്കു വീട്ടിൽ വീര പരിവേഷം വന്നിരിക്കുന്നു. പക്ഷെ ഇതിനു വേണ്ടി ഞാൻ നടത്തിയ സമർപ്പണത്തെക്കുറിച്ചു വീട്ടിൽ ആർക്കും അറിഞ്ഞുകൂടാ. അന്നും പതിവു പോലെ സ്കൂളിൽ നിന്നും വന്നു അടുക്കളത്തോട്ടത്തിലേക്കോടി നോക്കിയപ്പോൾ എന്റെ നാലു പാവയ്ക്കകളെ അവിടെ കാണാനില്ല. ആരായിരിക്കും എന്റെ പാവയ്ക്കകളെ കൊണ്ടു പോയത്?

കുളി കഴിഞ്ഞു വന്ന എന്നെ അമ്മച്ചി അടുക്കളയിലേയ്ക്ക് ക്ഷണിച്ചു. എന്റെ നാലു പാവയ്ക്കകൾ അടുക്കള പാതകത്തിലെ ഗ്രാനൈറ്റ് ടേബിളിലെ മുറത്തിൽ മിടുക്കരായി ഇരിക്കുന്നു. ഇന്നു അമ്മച്ചിയതിനെ കറി വെക്കും, ഞാൻ അമ്മച്ചിയുടെ അടുത്തായി ചമ്രം പിടഞ്ഞിരുന്നു അതിൽ ഒന്നെടുത്തു അമ്മച്ചി നെടുകെ പിളർന്നു. ഞാൻ അതെടുത്തു അകത്തേയ്ക്കു നോക്കി, ഞാൻ കുഴിച്ചിട്ട എന്റെ പച്ചരി പല്ലു പാവയ്ക്കയ്ക്കുള്ളിൽ !!!

ദശമൂടിയ മാംസത്തിനുള്ളിൽ നിന്നും ഒന്നെന്ന കണക്കിൽ മുപ്പതോളം പല്ലുകൾ അതിനുള്ളിൽ ഉണ്ടായിരുന്നു. അമ്മച്ചി വാളം പുളിയിട്ടു വെച്ച പാവയ്ക്ക തീയൽ ഞാൻ കഴിച്ചില്ല എന്നു മാത്രമല്ല പിന്നീടൊരിക്കലും എന്റെ പല്ലുകളെ ഉള്ളിൽ പേറുന്ന പാവയ്ക്കാ എനിക്കു പ്രിയപ്പെട്ടതായിരുന്നില്ല...

മോർണിംഗ് സ്റ്റാർ സ്കൂൾ മാഗസിൻ 2015

സാൽമൺ മൽസ്യങ്ങൾ

ഗലീലിയായിലെ കടലിന്റെ ആഴങ്ങളിൽ അന്നൊരു കൂടിച്ചേരലു ണ്ടായി, സകലമാന മൽസ്യ ഗണങ്ങളും അതു താനായിരിക്കണമേ എന്നു തപസ്സു ചെയ്തു പ്രാർത്ഥിച്ചു. കൂടിയിരിക്കുന്ന പരശതം വ്യത്യസ്ത മൽസ്യങ്ങൾക്കിടയിൽ നിന്നും ഒരു ജോഡി മത്സ്യം മാത്രമാണ് പരിഗ ണിക്കപ്പെടുകയെന്ന വിജ്ഞാപനം കൂടി ചേർന്ന എല്ലാവരെയും ഒരേ പോലെ അലോസരപ്പെടുത്തി. തിരഞ്ഞെടുക്കപ്പെട്ടവർ ആരായിരിക്കു മെന്നു അവർ പരസ്പ്പരം പറഞ്ഞു. ഒരു മുക്കുവന്റെയും വലയിൽ കുടു ങ്ങാതെ എങ്ങനെ തങ്ങൾ തിരഞ്ഞെടുക്കപ്പെട്ടവരാകും എന്നവർ പര സപരം സംശയങ്ങൾചോദിച്ചു കൊണ്ടേയിരുന്നു. കടലിപ്പോൾ പതി വിലും ശാന്തമാണ് സംഭവിക്കാൻ പോകുന്ന വലിയ അത്ഭുതത്തെ പ്ര തീക്ഷിക്കാൻ അവർക്കു മുന്നറിയിപ്പ് കിട്ടിയിരിക്കുന്നു.

അഹറോൻ എല്ലാം നഷ്ട്ടപെട്ടവനാണ്, കടലിന്റെ കോപം പൂർണ്ണ അർത്ഥത്തിൽ അനാഥത്വത്തിലേക്കു തള്ളി വിട്ടവൻ. കിഴക്കു നിന്നും ഫലം നൽകാത്ത വൃക്ഷങ്ങൾ വെട്ടി തീയിൽ എറിയപ്പെടുമെ ന്നു ഘോഷിച്ചു വന്ന സന്യാസി വര്യനെ കേൾക്കാൻ പോയതാണവർ. പിന്നീട് ഒരിക്കലും അഹറോന്റെ അപ്പയും അമ്മയും മടങ്ങി വന്നില്ല, ഗലീലിയാ കടലിന്റെ ആഴങ്ങളിൽ എവിടെയോ അവരിപ്പോഴും ഉറ ങ്ങുകയാണ് അങ്ങനെ വിശ്വസിക്കാനാണ് അഹറോൻ ആഗ്രഹിക്കു ന്നത്. അല്ലെങ്കിൽ തീരത്തടിയുന്ന ഒരു വള്ളക്കാരൻ പോലും കൊച്ചു അഹറോൻ വഞ്ചിയിൽ നിന്നും മൽസ്യം പെറുക്കുമ്പോൾ കൈയ്യിൽ പിടിക്കാറില്ല. ആവോളം മൽസ്യം അവൻ വള്ളങ്ങളിൽ നിന്നു പെറു ക്കും ചുട്ട മത്സ്യത്തിന്റെ മതിപ്പിൽ അവൻ മയങ്ങുമ്പോൾ ആകാശത്തു നിന്നും അഹറോന്റെ പ്രിയപ്പെട്ട അമ്മയും അപ്പനും അവനെ നോക്കി പുഞ്ചിരിക്കും.

ഒരു തിര പോലുമില്ലാത്തത്ര പ്രശാന്തതയിലായിരുന്നു തിബേരി യൂസ് എന്നു കൂടി അറിയപ്പെടുന്ന ഗലീലിയോ കടൽ. നഗരങ്ങളിൽ നിന്നും ഗ്രാമങ്ങളിലേയ്ക്കും ഗ്രാമങ്ങളിൽ നിന്നും ജനഹൃദയങ്ങളിലേയ്ക്കും ഒരാൾ നന്മയുടെ പുതിയ വിത്തുകൾ പാകി സഞ്ചരിക്കുന്നതായി അഹ

റോനും ആ നാട്ടുകാരെ ഏവരെയും പോലെ കൗതുകത്തോടെ കേട്ടറിഞ്ഞു. അപ്പനും അമ്മയും കാണാൻ കൊതിച്ചിരുന്ന മഹായോഗിവര്യനെ കാണാനും കേൾക്കാനും അഹറോൻ മനസ്സൊരുക്കി കാത്തിരുന്നു. ആഴക്കടലിനെ നിശ്ശബ്ധതയിൽ മാത്രം വസിക്കുന്ന ആറു മാസം മാത്രം പ്രായമുള്ള ഒരു ജോഡി പിങ്ക് സാൽമൺ മൽസ്യങ്ങൾ അന്നേ ദിവസം കരയെ ലക്ഷ്യമാക്കി നീന്തി തുടങ്ങി.

വരുവാനിരിക്കുന്നവൻ ഇവൻ തന്നെയെന്നു സാക്ഷ്യപ്പെടുത്തി ഒരു പുരുഷാരം മുഴുവൻ ആ യോഗിയെ അനുഗമിക്കുന്നുണ്ടായിരുന്നു. വലിയ തിരക്കുണ്ടായാൽ അഹറോനു അയാളെ കാണുവാനോ കേൾക്കുവാനാണോ കഴിയുമോ എന്നു പോലും അഹറോൻ സങ്കോചപ്പെട്ടു. തിബേരിയോസിന്റെ തിരകളിൽ ആനന്ദ കുളി പാസാക്കുന്നതിനിടയിൽ തിരകൾക്കിടയിൽ എവിടെയോ അഹറോൻ അപ്പയെയും അമ്മയെയും അടുത്തു കണ്ടു. കുളിച്ചു കയറിയ അഹറോനൊപ്പം ചെകിളയടിച്ചു രണ്ടു സാൽമൺ മത്സ്യങ്ങളും കരയിലേയ്ക്കു കയറി. അപ്പയും അമ്മയും പോയതിൽ പിന്നെ അഹറോൻ വിശപ്പെന്തെന്നു അറിഞ്ഞിട്ടില്ല വിശപ്പിന്റെ കുഞ്ഞു തിരിനാളം ഉദരത്തിൽ ഉരുവിടുമ്പോൾ എവിടെ നിന്നെങ്കിലും അവനു ഭക്ഷണം എത്തുമായിരുന്നു.

മലയിലെ പ്രസംഗത്തിനായി മഹായോഗി വരാൻ സമയം സമാഗതമായിരിക്കുന്നു. സാൽമൺ മത്സ്യങ്ങളെ തുണി ശീലയിൽ പൊതിഞ്ഞു അഹറോൻ മലമുകളിലേയ്ക്കു ധൃതിപ്പെട്ടു നടന്നു.

അഹറോൻ !

പിന്നിൽ നിന്നൊരു സ്ത്രീ ശബ്ദം കേട്ടു അഹറോൻ ഒരു നിമിഷം പകച്ചു നിന്നു. അമ്മയുടെ ശബ്ദത്തോടു സാമ്യമുള്ള ശബ്ദത്തിൽ അവർ അഹറോനെ അടുത്തു വിളിച്ചു.

ഒരു സഹായം ചെയ്യു തരണം താഴ്വാരത്തിൽ ആടിനെ മേയ്ക്കുന്ന എന്റെ ഭർത്താവിനു ഈ അപ്പക്കഷ്ണങ്ങൾ നീ എത്തിച്ചു കൊടുക്കണം. പ്രതിഫലമായി അതിൽ പകുതി അപ്പക്കഷ്ണങ്ങൾ നിനക്കെടുക്കാം.

മഹായോഗി വരാൻ സമയമായിരിക്കുന്നു, ഇനിയും താമസിച്ചാൽ ഒരു പക്ഷെ മലയടിവാരത്തിൽ പോലും നിൽക്കാനോ ഇരിക്കാനോ ഉള്ള സ്ഥലം ലഭ്യമാകാനിടയില്ല.

സ്ത്രീയെ എനിക്കു നിങ്ങളെ സഹായിക്കണമെന്നുണ്ട് പക്ഷെ, എനിക്കൊരാളെ ശ്രവിക്കേണ്ടതുണ്ട്, ദയവായി എന്നെ ഒഴിവാക്കുക !!!

അഹറോൻ !!

അപരിചിതയായ സ്ത്രീ ദയനീയ സ്വരത്തിൽ അപേക്ഷിക്കുന്നു. വയ്യ 'അമ്മ പഠിപ്പിച്ച പാഠങ്ങളെ തിരസ്കരിക്കുക വയ്യ. യുവതിയിൽ നിന്നും അപ്പസഞ്ചിയേറ്റു വാങ്ങി താഴ്വരയിലേയ്ക്കു പാഞ്ഞു. സ്ത്രീ പറഞ്ഞ

സ്ഥലത്തു തന്നെ ഒരാൾ ആട്ടുകളുമായി ഇരിക്കുന്നു. അപ്പസഞ്ചി എറ്റു വാങ്ങി അഹറോനോടൊരു വാക്കു പോലും ചോദിക്കാതെ അതിൽ പകുതി അഹറോനു നേരെ നീട്ടി അയാൾ വശ്യമായി പുഞ്ചിരിച്ചു.

തേജ്വസിയായ ഒരു മഹാ പുരുഷൻ അങ്ങു ദൂരെ മലമുകളിൽ നിന്നു ജനക്കൂട്ടത്തോടു സംസാരിക്കുന്നു. അഹരോന്റെ തുണി സഞ്ചിയിൽ കിടന്ന സാൽമൺ മൽസ്യങ്ങൾ സ്വർഗീയ കാഴ്ച കണ്ടിട്ടെന്നവണ്ണം ആനന്ദ നൃത്തമാടുന്നു. അഹരോന്റെ അമ്മയും അപ്പനും മുങ്ങി മരിച്ച ഗലീലിയോ കടൽ അങ്ങുകലെ ഓളങ്ങൾ കൊണ്ടു പോലും ശല്യമുണ്ടാക്കാതെ ആ വാക്കുകളെ പ്രണയിക്കുന്നു. എത്ര നേരം ആ ശബ്ദത്തിന്റെ സൗകുമാര്യതയിൽ ലയിച്ച ജനക്കൂട്ടം ഇരുന്നെന്നറിയില്ല. തന്റെ മാതാപിതാക്കൾ ഇദ്ദേഹത്തെ കാണും വരെയെങ്കിലും ജീവിച്ചിരുന്നിരുന്നെങ്കിലെന്നു കൊച്ചഹറോൻ ഒരു നിമിഷം മനസ്സിൽ ആശിച്ചു.

അഹറോൻ നിന്റെ കൂടയുമായി മുന്നിലോട്ടു വരിക !

ശിമയോൻ പത്രോസാണ് ജനക്കൂട്ടത്തിനിടയിൽ നിന്നും തന്നെ പേരെടുത്തു വിളിക്കുന്നത്. സൂചി വീഴാൻ ഇടയില്ലാത്ത വണ്ണം തടിച്ചു കൂടിയ ജനങ്ങൾക്കിടയിലൂടെ അഹറോൻ മലമുകളിലെ യോഗി വര്യനു മുൻപിലെത്തി കൂട്ടയിലുണ്ടായിരുന്ന അഞ്ചപ്പവും രണ്ടു മീനും സമർപ്പിച്ചു.

അവിടുന്നു കൈകൾ ഉയർത്തി പ്രാർത്ഥിച്ചു, പുരുഷാരം നോക്കി നിൽക്കെ അപ്പവും മീനും നിറച്ച കൂട്ടകൾ പെറ്റു പെരുകുകയാണ്. മലയിൽ തടിച്ചു കൂടിയ സകലർക്കും ഭക്ഷിപ്പാൻ ലഭിച്ചതിനു ശേഷവും പന്ത്രണ്ടു കൂട്ട അപ്പവും മീനും അവിടെ അവശേഷിച്ചു. അഹറോൻ അക്ഷരാർത്ഥത്തിൽ ഏഴാം സ്വർഗ്ഗത്തിലാണ്. അത്യുന്നതന്നയവനെ നിന്റെ അത്ഭുതങ്ങൾക്കു പാത്രമാവാൻ തിരഞ്ഞെടുക്കപ്പെട്ട ജന്മങ്ങൾ എത്രയോ ഭാഗ്യമുള്ളതാകുന്നു.

മടക്കയാത്രയിൽ അഹറോൻ അതിൽ നിന്നു രണ്ടു മീനുകളെ തുണിസഞ്ചിയിലേയ്ക്കു തിരികെയെടുത്തു. തിബേരിയൂസ് കടപ്പുറം പഴയ ശാന്തതയെ വെടിഞ്ഞു ചെറിയ തിരമാലകൾക്കു വഴിമാറുകയായിരുന്നു. തിരകളെ വകഞ്ഞു മാറ്റിയാ ബാലൻ മെല്ലെ അകത്തേയ്ക്കു നടന്നു അവനിരു പാർശ്വവും ഇരു ചിറകുകൾ പോലെയാ സാൽമൺ മൽസ്യങ്ങൾ അകമ്പടി സേവിച്ചു. പ്രശാന്ത സുന്ദരമായ ഏതോ ആഴങ്ങളിലെത്തിയപ്പോൾ അഹറോൻ ഉച്ചത്തിൽ പാടി അവന്റെ ഗാനമേറ്റു പാടാൻ ഒരു കടലുമുഴുവൻ കൂട്ടിനുണ്ടായിരുന്നു. അതിലെവിടെയോ അവനറിയാതെ അഹരോന്റെ അപ്പയും അമ്മയും ആ ഈണം ഏറ്റു പാടി...

മൂല്യശ്രുതി, ഡിസംബർ 2018

തസ്കരഃ പുരാണം അദ്ധ്യായം ഒന്നു മുതൽ

ജോസുകുട്ടി അവസാന പുകയും ആസ്വദിച്ച വലിച്ച ശേഷം തറയിലേയ്ക്കെറിയാനോങ്ങിയ ബീഡി കുറ്റി കോമപ്പൻ കൈനീട്ടി വാങ്ങി ചുണ്ടിലിരുന്ന ബീഡിയിലേയ്ക്ക് കൊളുത്തി കൊണ്ടു ചോദിച്ചു.

ജോസുകുട്ടിയേ നീ വിശ്വാസിയാണോ?

താഴെ കിടന്ന ഉളി കൈയ്യിലെടുത്തു താഴ നോക്കി അടിക്കുമ്പോൾ ജോസുകുട്ടി ഒന്നു പതറി. ലക്ഷ്യം മാറി കൊണ്ട ചുറ്റിക ഇരുമ്പു ഷീറ്റിന്റെ പ്രതലത്തിലിടിച്ചു വലിയ ശബ്ദമുണ്ടാക്കി.

ഒരു പണിയെടുത്തോണ്ടിരിക്കുമ്പോഴാണെടാ നിന്റെ കൊണാവതിയാരം,

ജോസുകുട്ടി കലി കൊണ്ടു വിറച്ചു കോമപ്പൻ ഇതുവരെ തനിച്ചൊരു പണിക്കിറങ്ങിയിട്ടില്ല അതിനൊള്ള കൾസൊന്നും കോമപ്പനില്ല ഓപ്പറേഷൻ കഴിയുമ്പോൾ ജോസുകുട്ടി കൊടുക്കുന്ന എന്തെങ്കിലും വാങ്ങി മൂഞ്ചുക മാത്രമാണ് കോമപ്പന്റെ ജോലി.. എന്തിനും ഏതിനും ഓച്ഛാനിച്ചു നിൽക്കുന്ന ഒരു സഹായി. അസ്ഥാനത്തു ഇങ്ങനെ ചില സംശയങ്ങൾ ചോദിക്കുമെന്നല്ലാതെ കോമപ്പനെക്കൊണ്ടു ഗുണമല്ലാതെ ദോഷമൊന്നും ജോസുകുട്ടിക്കിതുവരെ ഉണ്ടായിട്ടില്ല. അതു കൊണ്ടു തന്നെ എന്തു ചെറിയ ഓപ്പറേഷനു പോകുമ്പോഴും ജോസുകുട്ടി കോമപ്പനെ കൂട്ടു വിളിക്കും.

ഇത്തവണത്തെ അടിക്കു താഴ തുറന്നു ലിപ്ടൺ ചായയുടെ സഞ്ചിതുങ്ങും പോലെ ഞാന്നു കിടന്നാടി. ജോസുകുട്ടി ആദ്യരാത്രിയിൽ പുതുമണവാട്ടിയുടെ സരിതലപ്പഴിക്കുമ്പോലെ അവനെ കൊളുത്തിൽ നിന്നൂരി വാതിൽ വലിച്ചു തുറന്നു. കോമപ്പൻ പിന്നിലൂടെ തലനീട്ടി അകത്തേയ്ക്കു നോക്കി

വിശ്വാസികൾ കുറയുകയാ കണ്ടില്ലേ വന്നു വന്നു അയ്യായിരം പോലും പെട്ടിയിൽ വീഴില്ലെന്നായിരിക്കുന്നു.

നേർച്ച പെട്ടിയുടെ കവാടത്തിലൂടെ തല അകത്തേയ്ക്കിട്ടു നോട്ടു ക

മ്പാരങ്ങൾ ഒന്നിച്ച് കൂട്ടിക്കൊണ്ടു ജോസുകുട്ടി അതു പറയുമ്പോൾ കോമപ്പൻ കൈയ്യിലുണ്ടായിരുന്ന തുണി കഷണം നീട്ടി വിരിച്ചു. ചില്ലറകളെ ഉപേക്ഷിച്ച് നോട്ടുകൾ മാത്രം കൊണ്ടു പോകുകയായിരുന്നു മുൻപതിവെങ്കിലും നോട്ടു നിരോധനം വന്നതിൽ പിന്നെ ഒന്നും ബാക്കി വെയ്ക്കാൻ നിൽക്കില്ല. വിസിലടി ശബ്ദം കേട്ടു ജോസുകുട്ടി ഒന്നു പേടിച്ചു ചാടിയെഴുന്നേറ്റ കോമപ്പൻ കൈലേസു കൂട്ടിക്കെട്ടി തോളിൽ എടുത്തു പിന്നിലേയ്ക്ക് പതുങ്ങി.

നേപ്പാളി ഗൂർഖയാണ് വിസിലടിക്കുന്നത് അങ്ങോർക്ക് വേറെ പണിയൊന്നുമില്ല നാട്ടുകാരെ പറ്റിച്ചു തിന്നുന്ന തെണ്ടി.

ഇതു നേപ്പാളിയെന്നു പറയാൻ പറ്റില്ല അണ്ണാ, നമ്മുടെ ബംഗാളിൽ ഒരു ഗൂർഖാ ലാൻഡ് എന്നൊരു സ്ഥലമുണ്ട് അവിടുന്നു വരുന്ന ലോക്കൽ ഇരപ്പാളികളാ. ബംഗാൾ മുപ്പത്തി മൂന്നു കൊല്ലം ഭരിച്ചു മുടിച്ചിരിക്കുവല്ലേ വിപ്ലവ പാർട്ടികൾ അണ്ണാ ഇവിടെ ഓരോ തെരുവിലുമില്ലേ ആയിരക്കണക്കിനു ബംഗാളികൾ, ഇവറ്റകളെക്കൊണ്ടു ജീവിക്കാൻ വയ്യെന്നായി കോമപ്പൻ രോഷം പൂണ്ടു പുറത്തേയ്ക്കു നോക്കി.

കോമപ്പനതു പറഞ്ഞു കഴിഞ്ഞപ്പോൾ ജോസുകുട്ടി തികഞ്ഞ ആത്മ വിശ്വാസത്തോടെ അയാളെ നോക്കി കള്ളനായാലും രാഷ്ട്രീയക്കാരനായാലും നേരെ ചൊവ്വേ പത്രം വായിച്ചാൽ കാര്യ വിവരമുണ്ടാകുമെന്നു കോമപ്പൻ മുൻപും പല തവണ തെളിയിച്ചിട്ടുള്ളതാണ്. ജീവിക്കാൻ വേണ്ടി കള്ളനായ മനുഷ്യർക്കു വിവരം ഉണ്ടായിക്കൂടാ എന്നൊരു പുസ്തകത്തിലും പറയുന്നില്ല. ഗൂർഖാ പോയെന്നുറപ്പിച്ച കോമപ്പൻ തുണി സഞ്ചി തോളിലിട്ടു പുറത്തേയ്ക്കു നടന്നു.

ജോസുകുട്ടിയുടെ കൂടെ കൂടിയിട്ടു കുറെ ആയെങ്കിലും കോമപ്പനിതുവരെ ജയിൽ വാസം അനുഷ്ഠിക്കേണ്ടി വന്നിട്ടില്ല. രണ്ടു തവണ ജോസുകുട്ടിയെ പിടികൂടിയപ്പോഴും അയാൾ കോമപ്പന്റെ പേരു പറഞ്ഞില്ല. ആരെങ്കിലും ഒരാൾ അകത്തു കിടന്നാൽ മതിയെന്നു ജോസുകുട്ടി തീരുമാനിച്ചു അല്ലെങ്കിൽ തന്നെ നക്കാപിച്ചയ്ക്കു കൂട്ടു വരുന്ന കോമപ്പനെ ഒറ്റാനുള്ള ആത്മാർത്ഥതയില്ലായ്മായൊന്നും ജോസുകുട്ടിക്കുണ്ടായിരുന്നില്ല. ഒരു തവണ ജോസുകുട്ടി ജയിലിൽ ആറു മാസം സന്തോഷ് മാധവനോടൊപ്പം ഒരേ സെല്ലിൽ ആയിരുന്നു. നമ്മളീ കേൾക്കുന്നതു പോലെ പ്രായപൂർത്തിയെത്താത്ത കുട്ടികളെ പീഡിപ്പിച്ച നരാധമൻ ഒന്നുമല്ലത്രെ സന്തോഷ് മാധവൻ. തികഞ്ഞ നിഷ്ഠകളുള്ള സന്യാസി പിന്നെ എങ്ങനെയാണയാൾ കേരള സമൂഹത്തിൽ മൊത്തം വില്ലനായത്. കൊച്ചു കുട്ടികളുടെ വീഡിയോ പിടിച്ചു ലോക്കറിൽ വെയ്ക്കാൻ മാത്രം മണ്ടനായ ഒരാളായി അയാളെ ഒരിക്കൽ പോലും ജോസുകുട്ടിക്കു കാണാൻ കഴിഞ്ഞിട്ടില്ലത്രെ.

പിന്നെ എന്താണ് അയാൾ ഇങ്ങനെയൊരു അഴിയാ കുരുക്കിൽ അകപ്പെടാനുള്ള കാരണം ??

കോമപ്പാ രാഷ്ട്രീയം വൃത്തികെട്ട കളിയാണ്, അയാൾ പല രാഷ്ട്രീയക്കാരുടെയും ബിനാമി സ്വത്തിന്റെ അവകാശിയായിരുന്നു ആ വഴിക്കൊരാന്വേഷണം നടന്നാൽ അടപടല വീഴുമെന്നറിയാവുന്ന കുറുക്കന്മാർ നമ്മുടെ പോലീസിനെ വെച്ചു കളിക്കുകയായിരുന്നു. കേട്ടാൽ ആളുകൾ വീണ്ടും വീണ്ടു കേൾക്കണമെന്നു ആഗ്രഹിക്കുന്ന നിറം പിടിപ്പിച്ച കഥകൾ എഴുതിയുണ്ടാക്കാൻ കഴിവുള്ളവർ കേരളാ പോലീസിൽ ഉണ്ടത്രേ അവരുടെ ആരുടെയോ ഭാവനയിൽ വിരിഞ്ഞ കഥകളായിരുന്നു കേരളം ഒരു കൊല്ലത്തോളം കൊണ്ടാടിയ അപസർപ്പക കഥകളെ വെല്ലുന്ന പെണ്ണു പിടി കഥകൾ.

ചാരക്കേസിലും, ലാവ്‌ലിൻ കേസിലും ഒക്കെ ഇതു തന്നെയായിരുന്നുവെന്നു സ്ഥിരമായി പത്രം വായിക്കുന്ന കോമപ്പനു തോന്നി. ക്രിസ്തുരാജ പള്ളി കഴിഞ്ഞുള്ള ഇടനാഴിയിൽ ഇരുന്ന ജോസുകുട്ടി ബെർമുഡയുടെ പോക്കറ്റിലിരുന്ന നേന്ത്രപ്പഴം എടുത്തു രണ്ടായി ഒടിച്ചു കീഴ്പ്പാതി കോമപ്പനു നേരെ നീട്ടി. ജോസുകുട്ടിയുടെ രീതിയിതാണ് വിജയകരമാകുന്ന ഓരോ മോഷണത്തിനും ശേഷം അധികം പഴുക്കാത്ത ഒരു നേന്ത്രപ്പഴം പകുത്തു കഴിക്കണം. ചെയ്യുന്ന ജോലിയിൽ പൂർണ്ണതയുള്ളവൻ ആരാണോ അവരാണ് ഈ ഭൂമിയിലെ ഏറ്റവും ബഹുമാനാർഹ്യർ. അങ്ങനെ വെച്ചു നോക്കിയാൽ കോമപ്പനു പഠിക്കാനുള്ള ഒരു കൊച്ചു യൂണിവേഴ്സിറ്റി തന്നെ ആയിരുന്നു ജോസുകുട്ടി. കൂടെ നിൽക്കുന്നവരെ ഒരു കാരണവശാലും ചതിക്കാതിരിക്കുക, പാവപ്പെട്ടവരുടെ എന്നല്ല ഒരു മനുഷ്യനും അദ്ധ്വാനിച്ചുണ്ടാക്കുന്നതിന്റെ വിഹിതം തട്ടിപ്പറിക്കാതിരിക്കുക ഇതൊക്കെയാണ് ജോസുകുട്ടിയുടെ ചോരണ സുവിശേഷങ്ങളിൽ പ്രഥമം.

മോഷ്ട്ടാവായ ഒരാൾക്കെങ്ങനെ മറ്റുള്ളവന്റെ അദ്ധ്വാനം തട്ടിപ്പറിച്ചു ജീവിക്കാതിരിക്കാൻ കഴിയുമെന്നു കോമപ്പനു ആദ്യമൊക്കെ സംശയമുണ്ടായിരുന്നു എന്നാൽ ജോസുകുട്ടിയുടെ രീതി കണ്ടു പഠിച്ചതോടെ ആ സംശയം നിശ്ശേഷം മാറിക്കിട്ടി കാരണം ജോസു കുട്ടി കക്കാൻ ഒരു വീട്ടിലോ സ്ഥാപനത്തിന്റെ കയറില്ല. മോഷ്ടിക്കുന്നെങ്കിൽ അമ്പലത്തിലോ പള്ളിയിലോ ഉള്ള ഭണ്ടാരപ്പെട്ടികളിൽ നിന്നു മാത്രം.

ദൈവങ്ങൾക്കെന്തിനാ കോമപ്പാ പൊന്നും പണവും, കമ്മറ്റിക്കാരും തിരുമേനിമാരും വീതിച്ചെടുക്കുന്ന പാവങ്ങളുടെ പണം പാവങ്ങളായ നമ്മൾ എടുത്തു ജീവിക്കുന്നു.

നീ ജീവിക്കുന്നില്ലേ ? നിന്റെ രണ്ടു കുട്ടികൾ ഇംഗ്ലീഷ് മീഡിയം സ്കൂളിൽ പഠിക്കുന്നില്ലേ ?ഇതൊക്കെ നമുക്കും കൂടി അവകാശപ്പെട്ട പണ

മാണ്.

നേർച്ചപെട്ടി തുറന്നെടുത്ത പണക്കിഴി ഭാഗം വെച്ച ജോസുകുട്ടി ഒരു പങ്കു കോമപ്പനു നേരെ നീട്ടി. വിസിലടി ശബ്ദം വീണ്ടും മുഴങ്ങുന്നു. പരട്ട നേപ്പാളി വീണ്ടും വരുന്നു ഇങ്ങോർക്കു കാശു കൊടുക്കുന്ന നാട്ടുകാരെ വേണം തല്ലാൻ ജോസുകുട്ടി ആത്മഗതം പറഞ്ഞു തലയുയർത്തിയതും കോളറിൽ പിടുത്തം വീണിരുന്നു.

കോമപ്പാ പോലീസ്, ഓടിക്കോ, ഓടിക്കോ അയാൾ അലറി വിളിച്ചു. കോമപ്പൻ നിന്ന നിൽപ്പിൽ നിന്നും ഒരടി അനങ്ങാതെ അവിടെ തന്നെ നിന്നു. ഒരു ബൈക്കിലെത്തിയ പൊലീസുകാരനാണ് ജോസുകുട്ടിയുടെ കോളറിനു പിടിച്ചിരിക്കുന്നത് അയാളെ അക്രമിച്ചിട്ടു വേണമെങ്കിൽ രണ്ടു പേർക്കും തടി കഴിച്ചിലാക്കാം പക്ഷെ പ്രത്യാക്രമണം എന്നൊന്നു ജോസുകുട്ടിയുടെ സുവിശേഷത്തിൽ ഉള്ളതല്ല. സൗത്ത് പോലീസ് സ്റ്റേഷനിൽ നിന്നും പോലീസ് ജീപ്പ് വരും വരെ പോലീസുകാരനോടു കുശലം പറഞ്ഞവർ പള്ളിക്കു രണ്ടു വാര അപ്പുറമുള്ള ഇടനാഴിയിൽ കുത്തിയിരുന്നു.

കോമപ്പൻ ഗുരുമുഖത്തു നിന്നും പഠിച്ച ചോരണ സുവിശേഷത്തിന്റെ നല്ല ഫലങ്ങൾ കണ്ടു തുടങ്ങിയിരിക്കുന്നു. ജീപ്പിനുള്ളിലേയ്ക്ക് കയറി ഇരിക്കുമ്പോൾ പള്ളിയിൽ മോഷണം നടന്നതറിയിച്ച ക്രിസ്തുരാജ പള്ളിയിലെ കൂട്ട മണി മുഴങ്ങി. അങ്ങു മുകളിൽ പള്ളി മിനാരത്തിന്റെ മുകളിൽ കുരിശുമേന്തി നിന്ന ഒരാൾ അവരെ രണ്ടു പേരെയും മാറി മാറി നോക്കി ഇവരിൽ ഏതാണ് തന്റെ വലത്തു വശത്തു കിടന്ന നല്ല കള്ളൻ എന്നറിയാത്തതിനാൽ താഴെ ഇറങ്ങി വന്നു ജീപ്പിനുള്ളിൽ ഇരുന്ന ആ രണ്ടു മുഖത്തേയ്ക്കും മാറി മാറി സൂക്ഷിച്ചു നോക്കി. ജനമൈത്രി പോലീസ് വഴിയിലെവിടെയോ നിർത്തി അവർക്കു രണ്ടു പേർക്കും ഒരോ ചൂടുള്ള കട്ടൻ കാപ്പി വാങ്ങി കൊടുത്തു. ജീപ്പ് നേരിയ വെട്ടമുള്ള മലമുകളിലേയ്ക്ക് കയറുകയാണ് അവിടെയാണ് പോലീസ് സ്റ്റേഷൻ. രണ്ടു കള്ളന്മാർക്കു നടുവിലായി അവൻ ഇരുന്നു രണ്ടായിരം വർഷം മുൻപെന്നപോലെ...

അർത്ഥം മാസിക, 2017 ഏപ്രിൽ

ഈനാശു ഇളയപ്പൻ

ഈനാശു ഇളയപ്പൻ ഫുഡറാൻ കുടിച്ച മരിച്ച എന്ന സന്ദേശം ലഭിച്ചതിനാലാണ് ഞാൻ കുടിശ്ശിഖ കിടന്ന ശമ്പളത്തിനു പോലും കാക്കാതെ നെടുമ്പാശ്ശേരിയിൽ വിമാനമിറങ്ങിയത്. ഞാൻ ഗൾഫിലേയ്ക്ക് പോയതു ഈനാശു ഇളയപ്പന്റെ വർഷോപ്പ് പണയം വെച്ച കിട്ടിയ കാശിനായിരുന്നു. ഒരു സ്പാനറും ഇരിക്കാൻ ഒരു റോഡുവക്കും ഉണ്ടെങ്കിൽ ഈനാശു ജീവിക്കുമെന്നു അന്നെന്നെ ധൈര്യപ്പെടുത്തിയെങ്കിലും ഞാൻ പച്ച പിടിച്ച ശേഷം മിനുങ്ങി തെളിയുന്ന വർഷോപ്പ തന്നെയായിരുന്നു ഈനാശു ഇളയപ്പൻ കണ്ട പകൽക്കിനാവ്. ഇളയപ്പൻ ഒരായുസ്സ് മുഴുവൻ കനവു കണ്ട കാനാൻ ദേശത്തേയ്ക്കു എന്നെ തള്ളി വിടാൻ ഏറെ നിർബന്ധവും ഇളയപ്പനു തന്നെ ആയിരുന്നു. രണ്ടോ മൂന്നോ തവണ ബോംബൈ വരെ പോയി തിരികെ പോരേണ്ടി വന്നപ്പോൾ ഈനാശു ഇളയപ്പൻ അങ്ങോരുടെ എണ്ണപണമുള്ള സ്വപ്നങ്ങളെ കെട്ടിപ്പെറുക്കി പരണത്തു വെച്ചാണ് പന്നി റോട്ടിലെ ഇളയപ്പന്റെ അപ്പന്റെ വർഷോപ്പ് മിനുക്കിയെടുത്തു പണി തുടങ്ങിയത്.

പ്രീ ഡിഗ്രി തോറ്റ എന്നെ പണി പഠിപ്പിക്കാൻ അപ്പൻ ഇളയപ്പനെ ഏൽപ്പിക്കുമ്പോൾ അങ്ങനെയെങ്കിലും ഒരു കൈത്തൊഴിലു പഠിച്ച ഞാൻ കുടുംബം അന്വേഷിക്കുന്നവനാകുമെന്നു അപ്പൻ കനവു കണ്ടിരുന്നു. ഈനാശു ഇളയപ്പന്റെ വർഷോപ്പിനപ്പുറമുള്ള ദേവമാതാ പാരലൽ കോളേജിലെ പരശതം പെണ്ണുങ്ങളെ കാണാൻ കിട്ടിയ സുവർണ്ണാവസരം എന്നതിൽ കവിഞ്ഞു എനിക്കൊരു സന്തോഷവും ഇളയപ്പന്റെ വർഷോപ്പ് തന്നില്ല. കരി പുരണ്ട ഉടുപ്പും കറുത്ത മുണ്ടുമായി അംബാസിഡറിന്റേം ഫിയറ്റിന്റേം അന്തരാളങ്ങളിലേയ്ക്കു പാരലൽ കോളേജ് വിടുന്ന സമയം നോക്കി എന്നെ പറഞ്ഞു വിടുന്ന ഇളയപ്പനോടു എനിക്കു കടുത്ത ദേഷ്യമായിരുന്നു. കരിഓയിലിന്റെ ഇടയിൽ കിടന്നു കറുത്ത മനസുള്ള ഒരു ദുഷ്ടൻ എന്നതായിരുന്നു ഇളയപ്പനെപ്പറ്റിയുള്ള എന്റെ ആദ്യ ധാരണ. എന്നാൽ പയ്യെ പയ്യെ ഇളയപ്പന്റെ അസുര സ്വഭാവത്തിനിടയിലൂടെ ചില വെള്ളി മിന്നലാട്ടങ്ങൾ ഞാൻ കണ്ടു തുടങ്ങി. പിള്ളേരും പിറുങ്ങണീം ഇല്ലാതെ ഒറ്റാം തടിയായി ജീവിക്കുന്ന ഈനാശു

ഇളയപ്പനു ഒരാളേ സുഹൃത്തായി ഈ ലോകത്തുള്ളായിരുന്നു അതെനിക്കൊട്ടും ഇഷ്ടമല്ലാത്ത മാട്ടുപെട്ടിക്കാരൻ സക്കറിയ ആയിരുന്നു. ആഴ്ചയിലൊരിക്കൽ മാട്ടുപെട്ടിയിൽ നിന്നും നാടൻ വാറ്റും നീലച്ചടയന്റെ ഇലകളുമായി സക്കറിയാ വർഷാപ്പിലെത്തും ശനിയാഴ്ച വൈകുന്നേരം തുടങ്ങുന്ന സേവ സക്കറിയാ മാട്ടുപെട്ടിയിലേയ്ക്കു മടങ്ങുന്ന തിങ്കളാഴ്ച പുലരും വരെ തുടരും. സക്കറിയാ അടുത്തു വരുമ്പോൾ മുനിസിപ്പാലിറ്റിയുടെ ബോയിലേർ കുറ്റിയുടെ വൃത്തികെട്ട മണമായിരുന്നു. പുകല ചവച്ച കറ നിറഞ്ഞ പല്ലിൽ മാവില കൊണ്ടു പോലും ഉരയ്ക്കാൻ അയാൾ മിനക്കെട്ടിരുന്നില്ല. എന്റെ മാംസ സമ്പുഷ്ടമായ കവിളിൽ ചുമ്മാ വിരലുകൾ കൊണ്ടു ചീന്തുന്നതും തരം കിട്ടുമ്പോഴൊക്കെ ഉമ്മവെയ്ക്കുന്നതുമായിരുന്നു അയാളുടെ ഇഷ്ട്ട വിനോദവും എന്നാൽ എന്നെ വെറിപിടിപ്പിക്കുന്ന സംഗതിയുമായിരുന്നു. അതു കൊണ്ടു തന്നെ മാട്ടുപെട്ടിക്കാരൻ സക്കറിയാ വരുമ്പോൾ ഞാൻ ഒളിച്ചും പാത്തും എങ്ങോട്ടെങ്കിലും ഒതുങ്ങി മാറി നടക്കും.

രണ്ടാഴ്ച മാട്ടുപെട്ടിയിൽ നിന്നും സക്കറിയാ ഇളയപ്പനെ തേടി വരാഞ്ഞതിനാലാണെന്നു തോന്നുന്നു ഇളയപ്പൻ ആകെ അസ്വസ്ഥനായിരുന്നു. നേതാജിയിൽ നിന്നും മാട്ടുപെട്ടിവരെയുള്ള ദൂരം പോയി സക്കറിയയെ തേടി പിടിക്കാൻ ഇളയപ്പനു കഴിയാഞ്ഞതിനാൽ എനിക്കതിനുള്ള ബസു കൂലിയും നൽകി മാട്ടുപെട്ടിയിലേയ്ക്കു പറഞ്ഞു വിട്ടു. ദോഷം പറയരുതല്ലോ ജനിച്ചിട്ടിന്നോണം കാണാത്ത ഒരുപാടു കാഴ്ചകൾ കണ്ടെങ്കിലും സക്കറിയാ എന്നൊരാളെ അന്നാട്ടിലാർക്കും അറിയാൻ പാടില്ലെന്ന നട്ടാൽ കുരുക്കാത്ത നുണയുമായി ഞാൻ ഇളയപ്പന്റെ വർഷാപ്പിൽ തിരിച്ചെത്തി. അയാൾ പോലീസിന്റെ പിടിയിൽ ആയിട്ടുണ്ടാവണം അല്ലെങ്കിൽ എവിടെയെങ്കിലും വെച്ച മരണപ്പെട്ടിട്ടുണ്ടാവണം അതല്ലാതെ ഇളയപ്പന്റെ ഓട്ടോ മൊബൈൽ വർക്ഷാപ്പിൽ വരാതെ അയാൾക്കൊളിക്കാൻ കഴിയില്ല. ഇളയപ്പന്റെ ലഹരിയുടെ ചാലകം എന്നിലേയ്ക്കു വഴിതിരിക്കപ്പെട്ടിരിക്കുന്നു. മാളികമുക്കുള്ള ചന്ദ്രന്റെ പാൻ കടയിൽ പോയി പാലും വെള്ളം വേണമെന്നു പറഞ്ഞാൽ എത്ര ലിറ്ററെന്നു തിരികെ ചോദിക്കും ഒന്നോ രണ്ടോ മൂന്നോ ആവശ്യപെടുന്നത്ര പൊതി ചന്ദ്രൻ ആരും കാണാതെ എനിക്കു നേരെ നീട്ടി കാശെണ്ണി വാങ്ങും. വരും വഴി സി സി എൻ ബി റോഡിലെ സർക്കാർ അംഗീകൃത ബിവറേജസിൽ നിന്നും ടസ്കർ റം വാങ്ങണം. പല തവണ ഇളയപ്പന്റെ കയ്യിൽ നിന്നും വഴക്കു കേട്ടതു ഈ ഒരു കാര്യത്തിനു മാത്രമാണ്,, കൗണ്ടറിൽ എത്തുമ്പോൾ ടസ്കർ എന്ന പേരു ഞാൻ മറന്നു പോകും പിന്നെ കണ്ണിൽ കാണുന്ന ഏതെങ്കിലും റം വാങ്ങി തിരിച്ച പോരും. ഇളയപ്പൻ ഒരുദിവസം ടസ്ക്കറിന്റെ കുപ്പി ഉയർത്തിക്കാട്ടി

പറഞ്ഞു ഇനിമേലിൽ ഈ കടുകട്ടി പേരൊന്നും നീ പറയേണ്ട. രണ്ടാനയുടെ പടമുള്ള കുപ്പിയെന്നോ രണ്ടാനയെന്നോ പറഞ്ഞാ മതി ലവരു സാധനം തരും. രണ്ടാനകൾ മുഖത്തോടു മുഖം നോക്കി നിൽക്കുന്ന കുപ്പിയിലുള്ള ആ മദ്യമായിരുന്നു ഞാൻ രുചിച്ചു നോക്കിയാ ആദ്യത്തെ ലഹരിയും.

സരസ്വതി പൂജയ്ക്കു വർഷോപ്പാടച്ചപ്പോൾ ഇളയപ്പൻ ചന്ദ്രന്റെ ലഹരിയിൽ മുങ്ങിയാറാടി. ബോധമില്ലാതെ കിടന്ന ഇളയപ്പന്റെ രണ്ടാന കുപ്പിയിൽ നിന്നും അര കുപ്പി കയ്യിൽ കരുതിയ പെപ്സി കുപ്പിയിൽ കമിഴ്ത്തി ആരും കാണാതെ ഞാൻ കുടിച്ചു പക്ഷെ എല്ലാവരും കാൺകേ കുടലടക്കം പുറത്തേയ്ക്കു ശർദിച്ചു ഞാനും കുടിക്കുമെന്നു ഇളയപ്പനെയും നാട്ടുകാരെയും അറിയിച്ചു. കള്ളു കുടിച്ച വിവരമറിഞ്ഞെത്തിയ അപ്പനോടു ഇളയപ്പൻ തട്ടി കയറി

"അവനൊരു ആൺ ചെറുക്കനാ, ആമ്പിള്ളേരാകുമ്പോൾ ഇച്ചിരെ മോന്തും നീ മോന്തത്തില്ലയോടാ ഇയോച്ചാ !

ഈനാശു ഇളയപ്പന്റെ പാശുപതാസ്ത്രം പോലെ വന്ന വാക്കുകൾക്കുമുന്നിൽ എന്റെയപ്പൻ ഒന്നു ചൂളി,, ഒന്നും മറുത്തു പറയാതെ തല താഴ്ത്തി നടന്നു പോയി. അന്നും മുതൽ ഞാൻ ഇളയപ്പനൊപ്പം കള്ളു കുടിക്കാനുള്ള ലൈസൻസ് എനിക്കപ്പൻ തരുകയായിരുന്നു എന്നു എനിക്ക് പിന്നീ ടാണ് മനസ്സിലായത്.

ഒരു മനുഷ്യൻ ശരിക്കും അവനായി സംസാരിക്കുന്നതെപ്പോഴാണെന്നറിയുമോ ? അവൻ ലഹരിയിലായിരിക്കുമ്പോഴാണ്, അവനിലെ നന്മനിറഞ്ഞവൻ, അവനിലെ രാക്ഷസൻ, അവനിലെ കൊതിയൻ, അവനിലെ അസൂയാലു, അവനിലെ ധൈര്യശാലി, അവനിലെ ഭീരു, ഒക്കെ അവൻ വെളിപ്പെടുത്തുന്നത് രണ്ടു പെഗ് മദ്യം അകത്തു കടന്നു കഴിയുമ്പോഴാണ്. ഈനാശു ഇളയപ്പൻ എന്ന ശുദ്ധആത്മാവിനെ ഞാൻ അറിഞ്ഞു തുടങ്ങിയതും ഈ കള്ളു കുടി കമ്പനി ആരംഭിച്ചതിനു ശേഷമാണ്. ആരുമില്ലാത്തതിന്റെ സങ്കടങ്ങൾ ജീവിതത്തിൽ ഒറ്റപെട്ടു പോയതിന്റെ വേദന എന്നു വേണ്ട പകൽ കാണുന്ന ഇളയപ്പനിൽ നിന്നും വിരുദ്ധനായ നന്മ നിറഞ്ഞ ഇളയപ്പനെ കാണാൻ ഞാൻ രണ്ടാനകളെ വാങ്ങുന്നതു പതിവാക്കി.

ജലീലിന്റെ സൗദി അറേബ്യായിലുള്ള വർഷോപ്പിലേയ്ക്കു ആളെ വേണമെന്നറിഞ്ഞ ഇളയപ്പൻ തന്നെയാണ് എന്നെ സൗദിക്കു വിടാൻ മുൻകൈ എടുത്തത്. ഇളയപ്പൻ എന്നെപ്പോലെ പണി പഠിപ്പിച്ചു ആളാക്കിയതാണു ജലീലിനെയും. ജലീലിപ്പോൾ വലിയ നിലയിൽ എത്തിയതു കണ്ടു ഹൃദയം നിറഞ്ഞു സന്തോഷിച്ചതും ഇളയപ്പൻ തന്നെയായിരുന്നു. ഇളയപ്പന്റെ സ്വപ്നം എന്നിലൂടെ നടപ്പാക്കുന്നത്

കണ്ടു ഇളയപ്പൻ നീലച്ചടയന്റെ പുക വട്ടത്തിൽ കറക്കി മുകളിലേയ്ക്കുതി ഹൃദയം നിറഞ്ഞു ചിരിച്ചു. അപ്പനും ഇളയപ്പനുമാണ് എയർപോർട്ടിൽ എന്നെ ആക്കാൻ വന്നത്. അപ്പൻ ഒതുങ്ങി മാറി നിന്നപ്പോൾ ഇളയപ്പൻ എന്നെ വലം കൈ കൊണ്ടു നെഞ്ചോടടുക്കി പറഞ്ഞു.

ഇളയപ്പന്റെ വർഷോപ്പ് നമുക്കൊന്നു പുതുക്കണം, നീ ഒന്നു വേഗം രക്ഷപ്പെട്ടു ! ജലീലിനു വിസയ്ക്കു വേണ്ടി വർഷാപ്പു പണയം വെച്ചു എഴുപത്തിഅയ്യായിരം രൂപ നൽകിയ കാര്യം അപ്പോഴാണ് ഞാൻ അറിയുന്നതു തന്നെ !

മരുഭൂമി എല്ലാ സസ്യങ്ങളെയും സ്വീകരിക്കുന്നില്ല, അതിനിഷ്ടമുള്ളവയെ വരൾച്ചയിലും അതു സമൃദ്ധമായി വളർത്തും എന്നാൽ ഇഷ്താമില്ലാത്തവയെ രണ്ടാം നാൾ കരിച്ചു പുറം തള്ളും. ഞാൻ മരുഭൂമിക്കു പൂരകനായ വ്യക്തിയല്ലന്ന ധാരണ വന്ന അന്നു തന്നെ എന്നിൽ രൂപപ്പെട്ടിരുന്നു. പിന്നെ എങ്ങനെയോ ഒന്നരക്കൊല്ലം വിയർത്തു വിവശനായി, അതിൽ പകുതിയിലേറെ മാസത്തെ ശമ്പളം ഇപ്പോഴും മുതലാളിയുടെ കീശയിലാണ്. വിശക്കുമ്പോൾ കഴിക്കാൻ കിട്ടിയിരുന്നു എന്നതു തന്നെ അപ്പന്റെയും ഇളയപ്പന്റെയും പ്രാർത്ഥന അല്ലെങ്കിൽ ഏതോ ഗുരുത്വം. എങ്കിലും എന്തിനായിരിക്കണം ഇളയപ്പൻ ?

ഇളയപ്പന്റെ ട്രങ്കു പെട്ടിയിൽ എനിക്കൊരു കത്തുണ്ടായിരുന്നു ഒരാളെയും കാണിക്കരുതെന്ന കർശന ശാസനയിൽ തുടങ്ങുന്ന കാത്തു വായിച്ചതും ഒരു വിറയൽ എന്റെ പെരുവിരലിൽ നിന്നും സകല കോശങ്ങളിലേയ്ക്കും പടർന്നു കയറുന്നു.

പ്രിയപ്പെട്ട സാം കുട്ടന്,

ഇളയപ്പൻ പോകുന്നു, പോകും മുൻപൊരു സത്യം കുഞ്ഞിനോടു പറയണം. ഒരു നീലച്ചടയനും തരാത്ത ശമനമില്ലാത്ത മന സംഘർഷങ്ങളുടെ തടവിലായിരുന്നു ഇളയപ്പൻ ഇന്നലെ വരെ. കാരണമെന്തന്നല്ലേ മാട്ടുപെട്ടിക്കാരൻ സക്കറിയാ ഇന്നു ജീവിച്ചിരിക്കുന്നില്ല. നീഅയാളെ തേടി മാട്ടുപെട്ടിക്കു പോയതിന്റെ രണ്ടാഴ്ച മുന്നേ ആയാൾ കൊല്ലപ്പെട്ടിരുന്നു. സാമാന്യേന ഒരു ലഹരിക്കും കിഴ്പ്പെടുത്താൻ കഴിയാത്ത എന്റെ കൈകൾ കൊണ്ടാണ് സക്കറിയാ കൊല്ലപ്പെട്ടത്. വെറുമൊരടിപിടിയിൽ അവസാനിക്കേണ്ടിയിരുന്ന ചെറിയ സംഘട്ടനത്തിനൊടുവിൽ അതു സംഭവിച്ചു പോയി. ഏതെങ്കിലും മദ്യ സദസ്സിൽ ഞാൻ അതു തുറന്നു പറഞ്ഞു പോയേക്കുമോ എന്ന ഭയമാണ് നിന്നെ വേഗം ഗൾഫിലേക്കയയ്ക്കാൻ എന്നെ പ്രേരിപ്പിച്ചത്. നീയുണ്ടായിരുന്നതിലും ഭയാനകമായിരുന്നു നീയില്ലാതിരുന്ന എന്റെ ഏകാന്തതകൾ. സക്കറിയായെ തേടി ഇതുവരെ ആരും വന്നിട്ടില്ല, ഇനി വരുമെന്നു തോന്നുന്നുമില്ല എങ്കിലും മനസാക്ഷിയുടെ മുൻപിൽ നിന്നും എനിക്കോടിയൊ

ളിക്കാൻ കഴിയുന്നില്ല എന്നെ കാത്തിരിക്കുന്ന നരകത്തിലേയ്ക്കു എനിക്കു വേഗം എത്തേണ്ടതുണ്ട്. ഞാൻ മരിക്കും മുൻപാരോടെങ്കിലും ഈ സത്യം തുറന്നു പറയണം എന്നുണ്ടായിരുന്നു നീ വരുന്നതും കാത്തു ഞാൻ ഇരുന്നു ഇനി വയ്യ.

ഇളയപ്പൻ...

ഇളയപ്പൻ കുടിച്ചിരുന്ന രണ്ടാനകളുടെ പടമുള്ള ടസ്ക്കർ എന്ന മദ്യമിപ്പോൾ ബിവറേജസിൽ ലഭ്യമല്ല. നീലച്ചടയൻ വാങ്ങിയിരുന്ന മാളികമുക്കിലുള്ള ചന്ദ്രന്റെ പാൻ കടയുടെ സ്ഥാനത്തുകൂടെ ബൈപ്പാസിന്റെ പണികൾ പുരോഗമിക്കുന്നു. ഗൾഫെന്നാൽ കനകം കായ്ക്കുന്ന പൂന്തോട്ടമല്ലെന്ന വലിയ തിരിച്ചറിവിൽ ഇളയപ്പന്റെ വർഷോപ്പിലിപ്പോൾ സാമാന്യം വണ്ടികളുടെ തിരക്കിനിടയിലാണ് ഞാൻ. മാട്ടുപെട്ടിക്കാരൻ സക്കറിയായുടെ വൃത്തികെട്ട മണമുള്ള കാറ്റിവിടെവിടെയോ പതുങ്ങി നില്പുണ്ടെന്നു എനിക്കറിയാം.

നീലച്ചടയൻ പുക ചുരുളുകൾ വൃത്താകൃതിയിലാക്കി മുകളിലോട്ടു പറത്തി ഈനാശു ഇളയപ്പൻ ചിരിക്കുകയാണ്, മദ്യ ലഹരിയിലായിരിക്കുമ്പോൾ ഈനാശു ഇളയപ്പൻ ചിരിക്കാറുള്ള അതേ ചിരി...

തസറാക്ക്, മാർച്ച് 2019

കള്ളന്റെ മകൻ
(മോഡസ് ഒപ്പറാണ്ടി)

പുറത്തു നല്ല മഴപെയ്യുന്നുണ്ടായിരുന്നു, ആട്ടിൻ കുട്ടികൾ പതിവില്ലാത്ത വിധം കരയുന്നുമുണ്ടായിരുന്നു. തണുപ്പിന്റെ ആലസ്യത്തിൽ ഉറക്കം അവരെ മൂന്നു യാമങ്ങളും കടത്തിയൊരു വിജന ദ്വീപിലേയ്ക്കു കൂട്ടിക്കൊണ്ടു പോയെന്നുറപ്പു വരുത്തിയതും അയാൾ ബാഗിൽ നിന്നും ഇരുമ്പു ദണ്ഡിന്റെ ചെറിയ കൂടം കൈയിലെടുത്തു ജനാല കമ്പികളെ വിടർത്തിയകറ്റി. ഒരു മനുഷ്യനു നുഴഞ്ഞു കയറാവുന്ന വണ്ണം വഴി പാകമായപ്പോൾ പണി ആയുധങ്ങൾ കൊണ്ടു വന്ന തോൾ സഞ്ചിയിൽ നിക്ഷേപിച്ചയാൾ പതിയെ അകത്തേയ്ക്കു നൂണ്ടിറങ്ങി. ഇടവപ്പാതിയുടെ ഭീകരത വെളിവാക്കി ആകാശത്തു മിന്നലൊളി മങ്ങി തെളിയുന്നു. സർവ്വ പദ്ധതികളെയും തുലയ്ക്കുമാറുച്ചത്തിൽ ഒരിടി മുഴങ്ങി സകല ഉറക്കങ്ങളെയും ഉണർത്താൻ പോന്ന ഡെസിബെൽ ശബ്ദത്തിലായിരുന്നു ആ ഇടി മുഴങ്ങിയതെങ്കിലും ആരും ഉണർന്നില്ല.

അലമാരയിൽ നിന്നും ഊരി മാറ്റാത്ത വണ്ണം കീ അതിൽ തന്നെ തൂങ്ങി കിടന്നതിനാൽ ഒരു ഗൂഢ സ്മിതത്തോടെ അയാൾ അലമാരയുടെ അടുത്തേയ്ക്കു നടന്നു. ഒരു കൊള്ളിയാൻ അലമാരയുടെ ഗ്ലാസിൽ തട്ടി ചിതറി തെറിച്ചതും ഭയപ്പാടോടെ അയാളൊന്നു പിന്തിരിഞ്ഞു. വിലകൂടിയ മദ്യകുപ്പികൾക്കിടയിൽ അലക്ഷ്യമായിട്ടിരിക്കുന്ന സ്വർണ നെക്ലസിലേയ്ക്കു കണ്ണുകൾ ചെന്നു നിന്നതും പോക്കറ്റിൽ കരുതിയിരുന്ന ബഡ്സിൽ നിന്നൊരെണ്ണം പുറത്തെടുത്തയാൾ കർണ്ണപുടങ്ങളെ മുട്ടത്തക്ക വണ്ണം അകത്തേയ്ക്കു കയറ്റി മൂന്നു വട്ടം ഇടത്തേയ്ക്കും വലത്തേയ്ക്കും തിരിച്ചു. പുറത്തേയ്ക്കു വലിച്ച വെള്ള പഞ്ഞികെട്ടിയ അഗ്രത്തിൽ അഴുക്കോ ചോരയോ പതിഞ്ഞിട്ടില്ലെന്നുറപ്പു വരുത്തി അയാൾ അലമാരയ്ക്കുള്ളിലേയ്ക്കെറിഞ്ഞു.

മുൻപൊരിക്കലും കാണാത്ത തരം വിവിധ തരം മദ്യക്കുപ്പികൾ അയാളെ ജോലിയിലുടനീളം അയാളെ പ്രലോഭിപ്പിച്ചു കൊണ്ടേയിരിക്കുന്നു. ചെയ്യുന്ന തൊഴിലിൽ ആത്മാർത്ഥയില്ലാത്തവൻ ഒരു തൊഴി

ലിലും ഒരു കാലത്തും ഗുണം പിടിക്കില്ലായെന്ന അപ്പൻ ധർമ്മശീല ന്റെ വാക്കുകളായിരുന്നു മോഷണം തൊഴിലാക്കിയപ്പോഴും സുശീല ന്റെ പിൻ ബലം. മദാലസകളായ തരുണീ മണികൾ അലസ വേഷ ത്തിൽ നിദ്രയിൽ ലയിച്ചു കിടക്കുന്നതു കണ്ടിട്ടും സമചിത്തത വിടാതെ ജോലി പല തവണ പൂർത്തിയാക്കിയിട്ടുള്ളതുമാണ്. ആവശ്യമുള്ളതു മാത്രം സഞ്ചിയിൽ എടുത്തിട്ടു പിൻ തിരിയുമ്പോൾ വലിയൊരു ശബ്ദ ത്തോടെ വീണ്ടും ഇടിയും മിന്നലും ഉണ്ടായി. ആ ഇടി മുഴക്കത്തോടെ നഗരം പ്രകാശിപ്പിച്ചിരുന്ന വെട്ടം ഇരുട്ടിനു വഴിമാറി.

അച്ഛൻ ധർമ്മശീലൻ പഠിപ്പിച്ച വഴികളേ സുശീലൻ ഇന്നേവരെ മോഷണത്തിനു ഉപയോഗിച്ചിട്ടുള്ളൂ. അച്ഛൻ ജീവിതത്തിൽ ഒരിക്കൽ പോലും പിടിക്കപ്പെട്ടിട്ടില്ല അതു കൊണ്ടു തന്നെ കള്ളനെന്ന വിളിപ്പേ രു വീണിട്ടുമില്ല. ഒരിക്കലും ഒരാളെയും കൂട്ടു ചേർക്കാൻ പറ്റാത്ത പങ്കു കച്ചവടമാണ് മോഷണമെന്നു അച്ഛൻ ഇടയ്ക്കിടെ സുശീലനെ ഓർമ്മി പ്പിക്കുമായിരുന്നു. കൂട്ടു ചേർന്നു കട്ടാൽ മോഷണ മുതൽ പങ്കു വെയ്ക്ക ണമെന്നു മാത്രമല്ല പിന്നീടെപ്പോഴെങ്കിലും അയാൾ പിടിക്കപ്പെട്ടാൽ താനും കുടുങ്ങുമെന്നു അയാൾക്കറിയാമായിരുന്നു. പതിനാലാം വയ സിൽ പള്ളിക്കൂടം ഉപേക്ഷിച്ച അന്നു മുതൽ അച്ഛൻ സുശീലനെ അച്ഛ ന്റെ പണിക്കിറക്കി. മുപ്പത്തിയേഴാം വയസു വരെ ഒരിടത്തും പിഴച്ചിട്ടില്ല അപ്പനു പിഴയ്ക്കാത്ത ഇടത്തു മകനും പിഴച്ചു കൂടാ. സ്വർണവും പണവുമ ല്ലാതെ കോഹിന്നൂർ രത്നമിരുന്നാൽ പോലും മോഷ്ടിക്കരുതെന്ന ധർ മ്മശീലന്റെ പ്രമാണം ഈ നിമിഷം വരെ മകനും തെറ്റിച്ചിട്ടില്ല. അച്ഛൻ മോഷണ മുതലെടുക്കും മുൻപു ഒരു ആചാരം പോലെ തെറുത്തു കാ തിനുള്ളിലേയ്ക്കു തിരുകി കറക്കുന്ന പത്രക്കടലാസു മാറി വില കൂടിയ ബഡ്സുകളാണു ഉപയോഗിക്കുന്നതെന്നതൊഴിച്ചാൽ മോഡസ് ഒപ്പ റാണ്ടി ഒക്കെ പഴയതു പോലെ തന്നെ.

ഇരുട്ടിന്റെ വന്യതയെ കീറി മുറിച്ചു സുശീലൻ മുന്നോട്ടു നടന്നു വീണ്ടും ശക്തമായ ഇടി മിന്നലിന്റെ അകമ്പടിയോടെ മാനത്തു പ്രക നനം കൊണ്ടു. ഒരു തണുപ്പു തന്റെ ബലിഷ്ടമായ മാംസപേശികളിലൂ ടെ ഇഴയുന്നതു പോലെ അയാൾക്കു തോന്നി ഒരു നിമിഷം അയാൾ ഒന്നമ്പരന്നു. രണ്ടു തലമുറയിൽ ഒരാൾ ആദ്യമായി മോഷണശ്രമത്തി നിടയിൽ പിടിക്കപ്പെട്ടിരിക്കുന്നു. ധർമ്മശീലനെന്ന വിദഗ്ദനായ കള്ള ന്റെ മകൻ ഇരുപത്തി മൂന്നു വർഷത്തിനിടയിലെ മോഷണത്തിനിട യിൽ ആദ്യമായി പിടിക്കപ്പെട്ടിരിക്കുന്നു. പ്രതിരോധമോ രക്ഷപെ ടലോ അങ്ങനെയൊന്നിനെപ്പറ്റി വന്യമായ ചിന്ത പോലുമില്ല. ആ തണുപ്പ് ആറു ബലിഷ്ഠമായ മാംസ പേശികളും കടന്നു താഴേയ്ക്കിറങ്ങു ന്നു. അതൊരു പെൺ കരമാണെന്നു ശര വേഗത്തിലായാൾ തിരിച്ചറി

ഞ്ഞിരിക്കുന്നു. മോഷണമല്ലാത്തൊരു അസാന്മാർഗീക പ്രവർത്തിയും സുശീലനിതുവരെ ചെയ്തിട്ടില്ല അവൾ തിരയുന്നതായാളുടെ പുരുഷനെയാണ് സകല ആത്മ നിയന്ത്രണങ്ങളും നഷ്ട്ടപെട്ട വെറും പുരുഷനായി സുശീലൻ ഉണർന്നെഴുന്നേൽക്കുകയാണ്.

നനവ് കാത്തിരുന്ന മരുഭൂമിയുടെ ഊഷരതയിലേക്കെന്നപോലെ ആ തണുപ്പ് പതിഞ്ഞിറങ്ങുന്നു. ഉഷാകുമാരിയെന്ന ഇരുപത്തിയാറുകാരിയിൽ നിന്നും താനറിഞ്ഞ ഉഷ്മളമല്ലാത്ത രതിയല്ല ആയിരം ഞരമ്പുകളിൽ നിർജീവമായിരുന്ന സകല ഞരമ്പുകളെയും ഉണർത്താൻ പോന്ന ആവേശം അവളയാളിലേയ്ക്കു സന്നിവേശിപ്പിക്കുന്നു. രണ്ടു നാഗസർപ്പങ്ങളെപ്പോലെ മുഖം കാണാത്ത രണ്ടു പേർ ഇണചേരുന്നു. അടക്കി വെക്കപ്പെട്ട വികാരക്കടൽ സുനാമി പോലെ ഇരമ്പിയാർക്കുന്നു. ഏതോ നിമ്നോന്നതികളിലൂടെ ഒരേ സംഗമം ലക്ഷ്യമാക്കി ഒഴുകുന്ന രണ്ടു പുഴകൾ, ശീതക്കാറ്റേറ്റു ഉറഞ്ഞു കൂടിയ വിയർപ്പിനും രേതസിനുമിടയിൽ രണ്ടപരിചിതർ. അനുസരണയുള്ള കുഞ്ഞാടിനെപ്പോലെയവൾ സുശീലന്റെ പിന്നാലെ അവൾ അടുക്കള വാതിൽ വരെ അനുഗമിച്ചു.

ധർമ്മ ശീലൻ പഠിപ്പിച്ച മോഷണ കലയിലെ ധാർമ്മീകത മകൻ സുശീലൻ തെറ്റിച്ചിരിക്കുന്നു. ഉഷാകുമാരിയെന്ന അയാളുടെ രണ്ടു മക്കളെ പ്രസവിച്ച സ്ത്രീയോടു അനീതി ചെയ്തിരിക്കുന്നു.

കള്ളനെങ്കിലും കാവ്യനീതി നഷ്ടമായ ഒരാൾക്കിനി ഈ തൊഴിൽ തുടരുക സാധ്യമല്ല കുറഞ്ഞ പക്ഷം ആ സ്ത്രീയിൽ നിന്നും കവർന്ന ആഭരണങ്ങളെങ്കിലും തിരികെ ഏൽപ്പിച്ചേ മതിയാകൂ. മോഷണം നടന്നാലുടൻ മുതലുരുക്കി മാറ്റുന്ന തട്ടാൻ ഗോവിന്ദന്റെ അടുക്കലേയ്ക്കയാൾ പോയില്ല. മോഷണ മുതൽ മൂന്നു മണിക്കൂറിലധികം അതേ അവസ്ഥയിൽ കയ്യിൽ സൂക്ഷിക്കരുതെന്ന അച്ഛൻ ധർമ്മശീലന്റെ രണ്ടാം പ്രമാണവും അയാൾ ലംഘിച്ചിരിക്കുന്നു. രാത്രിയാകും വരെ അയാളവിടെയൊക്കെ ചുറ്റിപറ്റി നടന്നു മോഷണം നടന്നിട്ടും അവരാരാരോടും പരാതി പറയാനോ ആരെയും അറിയിക്കാനോ മുതിരുന്നില്ല. മധ്യ വയസ്കയായ ഒരു സ്ത്രീയും അവരുടെ ജോലിക്കാരിയും മാത്രമാണാ വീട്ടിലെ താമസക്കാർ. വേലാക്കാരി ഇന്നലെ രാത്രി സംഭവിച്ചതൊന്നും അറിയാൻ ഇടയില്ല.

രാത്രീ വീണ്ടും കയറി ഈ പണ്ടങ്ങൾ തിരികെ വെച്ചേ മതിയാകൂ, ലൈറ്റുകൾ അണഞ്ഞു ഇന്നലെ കയറിയ ജനാല വഴി അടഞ്ഞിട്ടില്ല. ധൃതിപ്പെട്ടു അകത്തു കയറി അലമാര ലക്ഷ്യമാക്കി നടന്നു. താക്കോൽക്കൂട്ടങ്ങൾ അപ്പോഴും ആ അലമാരയുടെ താക്കോൽ പഴുതിൽ തന്നെ അലക്ഷ്യമായി കിടന്നിരുന്നു. ഇന്നലെ അവിടുന്നെടുത്ത പൊന്നും പണ്ടങ്ങളും തിരികെ വെച്ചു അലമാര വാതിലടച്ചതും റൂമിലാകെ വെട്ടം പരന്നു.

ച്ചുണ്ടിൽ പരിഹാസ ചിരിയുമായി പിന്നിലൊരു മദാലസയായ യുവതി ! ഇന്നലെ ഈ മടകത്തിടമ്പിന്റെ നിമ്നോന്നതികളിലാണ് താൻ നൃത്തമാടിയതെന്ന തോന്നൽ സുശീലനെന്ന പുരുഷനെ ആത്മഹർഷം കൊണ്ടുണർത്തി. ഒരാവേശത്തോടെ അയാളവളെ വീണ്ടും കടന്നു പിടിച്ചു ചുംബിച്ചു. അവിചാരിതമായ രതിയിൽ നിന്നും തന്നെ കാത്തിരിക്കുന്നവളുടെ അടുത്തത്തെത്തിയ സാതന്ത്ര്യത്തിൽ ഹാലജൻ ലാമ്പിന്റെ വെളിച്ചത്തിൽ, എല്ലു തണുപ്പിക്കുന്ന എ സിയുടെ കുളിരിൽ അവരിരുവരും മതിയാവോളം നുകർന്നു കിടന്നു. എന്തൊരു വേഗതയാണീ പെണ്ണിന് ! ഈ മദാലസയുടെ മണമോ പതുപതുപ്പോ രുചിയോ വശ്യതയോ ഉഷാകുമാരിയുമെന്ന ഉണക്കപ്പെണ്ണിന്റെ ഒരു ചലനത്തിലും ഇല്ലന്നയാൾക്കു ബോധ്യം വന്നിരിക്കുന്നു. സുശീലൻ ഇപ്പോൾ മോഷ്ടാവല്ല മോഷ്ടാവിൽ നിന്നും അപഭ്രംശം സംഭവിച്ചു വെറും ഒരു അസാന്മാർഗ്ഗി മാത്രമായി അധഃപതിച്ചിരിക്കുന്നു...

മൂല്യശ്രുതി, 2018 നവംബർ

കടം

മാത്ത മരിച്ചു എന്നു കേട്ടപ്പോൾ എനിക്കു സങ്കടത്തെക്കാൾ അമർഷവും നിരാശയുമാണു തോന്നിയത് കാരണം അയാൾ വാങ്ങിയ ഒരു ലക്ഷത്തി ഇരുപത്തി അയ്യായിരം രൂപ ഇനി കിട്ടില്ലല്ലോ എന്ന തായിരുന്നു എന്റെ നിരാശയുടെയും അമർഷത്തിന്റേയും മൂല കാരണം. മാത്ത മക്കളോടാരോടെങ്കിലും കടം വാങ്ങിയ കാര്യം പറഞ്ഞിട്ടുണ്ടാവുമെന്ന നേരിയ പ്രതീക്ഷ ഉണ്ടായിരുന്നെങ്കിലും അപ്പനെന്തിനാണീ കാശു കടം മേടിച്ചതെന്നു വിദേശത്തുള്ള മക്കളാരെങ്കിലും ചോദിക്കുമോ എന്ന ഭയത്താൽ അയാളാ കാശിന്റെ കഥ അവരോടാരോടും പങ്കു വെച്ചിട്ടുണ്ടാവില്ല എന്നു തന്നെ ഞാനിപ്പോഴും വിശ്വസിക്കുന്നു. ശവമടക്കിനു മക്കളെല്ലാം എത്തേണ്ടതിനാൽ മാത്ത ബെത്ലെഹം ഹോസ്പിറ്റലിലെ ഐസു പെട്ടിയിലേയ്ക്കു മരിച്ചു രണ്ടാം മണിക്കൂറിൽ തന്നെ മാറ്റപ്പെട്ടു കഴിഞ്ഞിരിക്കുന്നു. ദുബായിലുള്ളയാൾ ഉടനെത്തുമെങ്കിലും ന്യൂയോർക്കിലുള്ള ഇളയ ആളുടെ സൗകര്യത്തെപ്രതിയാണ് സംസ്കാരം മൂന്നു നാളേയ്ക്കു മാറ്റി വെച്ചിരിക്കുന്നത്.

മാത്തയും ഞാനും ഒരുമിച്ചാണ് വിദേശ സ്വപ്നങ്ങൾ കണ്ടു തുടങ്ങിയത്. കോട്ടപ്പടിയിൽ നിന്നും ദുബായി എന്ന കരയെക്കുറിച്ചു ആരും കേൾക്കുന്നതിനു മുൻപു അങ്ങോട്ടേയ്ക്കൊരു ലോഞ്ചു പോകുന്ന കാര്യം മാത്ത പറയുമ്പോൾ എനിക്കൊട്ടും പ്രതീക്ഷയുണ്ടായിരുന്നില്ല കോട്ടപ്പടി ചന്തയും വൈകുന്നേരത്തെ റമ്മി കളിയും ഒന്നും ഈ ലോകത്തൊരിടത്തും ഉണ്ടാവില്ലെന്നു ഞാൻ മാത്തയോടു പറഞ്ഞു നോക്കിയതാണ് എന്നിട്ടും അവൻ കട്ടായം പറഞ്ഞു ഈ നാട്ടിന്നു എങ്ങോട്ടെങ്കിലും പോയാലേ നമ്മൾ രക്ഷപ്പെടൂ. മാത്തയുള്ളയിടമായിരുന്നു എനിക്കും പ്രിയം കാരണം ഒരു ഹൃദയവും രണ്ടു ശരീരവുമായി നടന്നിട്ടു അവനെ ഞാനും കേറി ഒറ്റയ്ക്കു രക്ഷപ്പെട്ടു പോയാലോ എന്ന ചിന്ത എന്നെ മഥിച്ചിരുന്നു. മാത്ത പോയ പിറകെയെല്ലാം ഞാനും നടന്നു പൊരി മണലിൽ തൊഴിലു തേടി ഞങ്ങൾ അലയുമ്പോൾ ഈ ദുരനുഭവത്തിലേയ്ക്കു ഇവനോടൊപ്പം എടുത്തു ചാടേണ്ടിയിരുന്നില്ല എന്നു പല തവണ തോന്നിയതാണ്.

ലോഞ്ചു കയറിയെത്തിയ എല്ലാവരെയും പോലെ ഞങ്ങൾക്കും ദുബായി അഭയസ്ഥാനമൊരുക്കി വിസയോ രേഖകളോ ഇല്ലാത്ത ഖല്ലി വല്ലികളായി ദിർഹം കിട്ടുന്ന എല്ലാ പണിക്കും മാത്ത പോയിത്തുടങ്ങി പിന്നാലെ മടിച്ചു മടിച്ചിട്ടാണെങ്കിലും ഞാനും. തണുപ്പും വേനലും പൊടിക്കാറ്റും കുറച്ചു കൊണ്ടപ്പോൾ മാത്ത ഗൃഹാതുരനായി. അതു വരെ ഇല്ലാതിരുന്ന ഗൃഹാതുരത്വം പൊടുന്നനെ പൊന്തി വന്നതൊന്നുമല്ല സുന്ദരിയായ ലൈസമ്മയെ കൂടെ കൂട്ടിയതു മുതൽ മാത്ത ഇളക്കം കാണിച്ചു തുടങ്ങി.

കോട്ടപ്പള്ളിയിലെ കൊച്ചു വീട്ടിൽ കാത്തിരിക്കുന്ന സുന്ദരിക്കോതയും അവളോടൊത്തുള്ള നിറമുള്ള ഓർമ്മകളും അയാളെ വളരെ വേഗം മരുഭൂവാസം മതിയാക്കാൻ പ്രേരിപ്പിച്ചു. മാത്ത പോകുമ്പോൾ ഞാനും മതിയാക്കണമെന്നു തന്നെ കരുതിയിരുന്നതാണ് എന്നാൽ മാത്തയെപ്പോലെ സ്വതന്ത്രമായ ഒരു തീരുമാനമെടുക്കാൻ കഴിയുന്ന ഒന്നും എനിക്കു പിൻബലമായി നാട്ടിൽ ഉണ്ടായിരുന്നില്ല. കേറി കിടക്കാൻ ഒരു കൂരയോ കാത്തിരിക്കാൻ ഒരാളോ ഒന്നുമില്ലാത്തവൻ ജീവിതം തളിർത്തയിടത്തിൽ തന്നെ പടരാൻ ശ്രമിച്ചു എന്നതായിരുന്നു വാസ്തവം.

മാത്ത പോയതിനു ശേഷം ഞാൻ അന്നോളമില്ലാത്ത ലക്ഷ്യ ബോധത്തിലേയ്ക്കു വഴുതി വീണു. റാസ് അൽ ഖോറിലെ അറബിയുടെ വിശ്വസ്തൻ പട്ടത്തിലേയ്ക്ക് ഞാനേറെ അടുത്തിരുന്നു എന്ന തോന്നൽ ഉണ്ടായിരുന്നതിനാൽ മാത്ത ഗൾഫ് വിട്ടിട്ടും ഏകാന്തതയോ വിരസതയോ ഇല്ലാതെ എന്നെ അവിടെയാ അച്ചുതണ്ടിൽ കാലം ബന്ധനസ്ഥനാക്കി. ആദ്യമൊക്കെ മാത്ത മുടങ്ങാതെ കത്തെഴുത്തുമായിരുന്നു രണ്ടാൺകുട്ടികളുമായി ജീവിതം നാട്ടിൽ മെല്ലെ പച്ച പിടിച്ചു തുടങ്ങിയതിൽപ്പിന്നെ ആ ശീലവും ഇല്ലാണ്ടായി. എല്ലാ ലീവിനു ഒരു കുപ്പിയിൽ നിന്നുംരണ്ടു പെഗ് സ്കോച്ചു വിസ്കി മാത്തയ്ക്കുള്ളതാണ് അതു മോന്താനെങ്കിലും ഞാൻ ലീവിനു വന്നിട്ടുണ്ടെന്നു ആരെങ്കിലും പറഞ്ഞറിഞ്ഞാൽ ആവാൻ ഓടിയെത്തും.

മരുഭൂമിയിൽ എത്തപെട്ടവരുടെ ജീവിതം കൊടും കാട്ടിൽ അകപ്പെട്ടവരുടെ ജീവിതത്തിനു തുല്യമാണ്. ഫലസമൃദ്ധങ്ങളായ കാനനത്തിനുള്ളിലും പുറത്തേയ്ക്കുള്ള പഴുതുകൾ അന്വേഷിച്ചു കറങ്ങി നടക്കുന്നവരാണ് അധികവും വളരെ ചുരുക്കം പേർ വേഗത്തിൽ ഒരു ബഹിർഗമന മാർഗ്ഗം കണ്ടെത്തി പുറത്തേയ്ക്കു കടക്കുന്നു എന്നാൽ ഭൂരിപക്ഷവും മോഹിപ്പിക്കുന്ന ഫലസമൃദ്ധികണ്ടു ചുറ്റിത്തിരിയുന്നവരാണ്. വളരെയേറെ തവണ ഇനിയൊരിയ്ക്കലും ഇങ്ങോട്ടില്ലന്ന ഉറപ്പിൻ മേൽ വിമാനം കയറിയവനാണ് ഞാനും, എന്നിട്ടും ഇരുമ്പു കാന്തത്തെയെ

ന്ന പോലെ ഒരു ആകർഷണം എന്നെ വീണ്ടും ഇങ്ങോട്ടു തന്നെ വലിച്ചിടുന്നു.

വിവാഹം കഴിക്കാൻ കുറച്ചു കൂടി നിൽക്കണമെന്നും വീട് വെയ്ക്കാൻ അതിൽ കുറച്ചു കൂടിയും, മക്കളെ വളർത്താൻ പിന്നെയും കുറച്ചു അങ്ങനെ ഗണപതി കല്യാണം പോലെ പിന്നെയും പിന്നെയുമായി ജീവിതം ഇങ്ങനെ കുറെ കാലം. ഒന്നിനും കൊള്ളാത്ത ചണ്ടിയാകുവോളോം മൂന്നു ദശകം പൊരിമണലിലിട്ടു വറുത്തെടുത്തു. ഇപ്പോൾ ഓർക്കുമ്പോൾ എല്ലാം വെറുതെ ആയിരുന്നു എന്ന തോന്നൽ എവിടെ തുടങ്ങിയോ അവിടെ തന്നെ തിരികെ എത്തി നിൽക്കുന്ന പരാജിതനാണ് ഞാൻ മാത്തയോ നഷ്ടപെടുത്താത്ത ശിഷ്ട ജീവിതത്തിന്റെ ഓർമ്മയും പേറിയാണ് സിമിത്തേരിയിലേയ്ക്കു പോകുന്നത്.

മാത്തയുടെ ഇളയമകൻ മൂന്നാം ദിനവും ന്യൂയോർക്കിൽ നിന്നും എത്തില്ലെന്നറിയിച്ചു കൊണ്ടു ഫോൺ വന്നതും അവന്റെ അഭാവത്തിൽ സംസ്കാരത്തിനുള്ള ഒരുക്കങ്ങൾ പൂർത്തിയാക്കി, ഇല്ലായ്മയിൽ നിന്നും എല്ലാ യോഗ്യതയുള്ള മക്കളെ വളർത്തി വലുതാക്കിയെടുത്തിട്ടും മാത്തയുടെ മടക്കം കണ്ടില്ലേ ഏകനായി, ഒന്നുമില്ലാതെ ഞങ്ങൾ എങ്ങനെയാണോ ലോഞ്ചിൽ കയറിയത് ആ അനിശ്ചിതത്വത്തിന്റെ യാത്ര തുടരുകയാണ്. കാറ്റും കോളും നിറഞ്ഞ കടലിൽ അകപ്പെട്ട ജീവിത യാനം ഒരു നാൾ ഒരു കരയ്ക്കടിയും അതുവരെ മാത്സര്യങ്ങളുടെ അനിശ്ചിതത്വങ്ങളുടെ യാത്രയാണ്. മാത്ത എനിക്ക് മാത്രമേ ഈ ജീവിതത്തിൽ കടപ്പെട്ടു മടങ്ങുന്നുള്ളൂ മടക്കി നൽകാമായിരിന്നിട്ടും മനപ്പൂർവ്വം അവൻ മറന്നു കളഞ്ഞ ആ തുക ഒരു വിങ്ങലായിരുന്നു അവന്റെ പെട്ടിയുടെ മുകളിൽ ഒരു പിടി മണ്ണ് വാരി നിക്ഷേപിക്കും വരെ.

സംസ്കാരം കഴിഞ്ഞു മടങ്ങുമ്പോൾ മാത്തയുടെ മൂത്ത മകൻ ജോണി വന്നെന്റെ ചുമലിൽ സ്പർശിച്ചു പറഞ്ഞു "അപ്പന്റെ കടങ്ങളൊന്നും വീടപ്പെടാതെ പോകുകയില്ല ". ഞാൻ അവനെ നോക്കി നിസ്സംഗനായി ചിരിച്ചു അല്പം മുൻപു പോലും അതു കിട്ടുമോയെന്നു മോഹിച്ച ഞാൻ, കിട്ടിയിരുന്നെങ്കിൽ എന്നു വന്യമായി കാംക്ഷിച്ച ഞാൻ തിരിഞ്ഞു നിന്നവന്റെ ചുമലിൽ സ്പർശിച്ചു പറഞ്ഞു "മരണം എല്ലാ കടങ്ങളും വീട്ടുന്നു എന്നൊരു പഴമൊഴിയുണ്ട് മരിച്ചവരുടെ കടങ്ങൾ ജീവിച്ചിരിക്കുന്നവർ ആഗ്രഹിച്ചു കൂടാ" സെമിത്തേരിക്കു പുറത്തെ ശവമഞ്ചത്തിനു അകമ്പടി വന്ന പാട്ടുകാരുടെ വണ്ടിയിൽ നിന്നുംഅപ്പോഴും ആ പാട്ടൊഴുകുന്നുണ്ടായിരുന്നു. മരണം വരുമൊരുനാൾ ഓർക്കുക മർത്യാ നീ കൂടെ പോരും നിൻ ജീവിത ചെയ്തികളും സത്കൃത്യങ്ങൾ ചെയ്യുക നീ അലസത കൂടാതെന്നാളും...

കലാപൂർണ്ണ, മാർച്ച് 2020